# പല നാടുകൾ പല കഥകൾ

**pala nadukal pala kadhakal**

•

retold
ajirkutty

•

*first chintha edition*
january 2011

•

*typesetting*
nakshathra graphotech, poojappura

•

*published*
chintha publishers, thiruvananthapuram

•

*printed*
akshara offset, thiruvananthapuram

•

*illustration*
communique

•

*cover*
g biju



*വിതരണം*

**ദേശാഭിമാനി ബുക്ക് ഹൗസ്**

H O തിരുവനന്തപുരം–695 001

***ബ്രാഞ്ചുകൾ***

ഓവർബ്രിഡ്ജ് തിരുവനന്തപുരം • കെ എസ് ആർ ടി സി ബസ് സ്റ്റേഷൻ ആലപ്പുഴ • കെ എസ് ആർ ടി സി ബസ് സ്റ്റേഷൻ എറണാകുളം • ഐ ജി റോഡ് കോഴിക്കോട് • മാവൂർ റോഡ് കോഴിക്കോട് • എൻ ജി ഒ യൂണിയൻ ബിൽഡിങ് കണ്ണൂർ • സെൻട്രൽ ബസ് ടെർമിനൽ കോംപ്ലക്സ് താവക്കര കണ്ണൂർ • മച്ചിങ്ങൽ ലെയ്ൻ തൃശൂർ

CO - 1544 / 2637

# പല നാടുകൾ പല കഥകൾ

നാടോടിക്കഥകൾ

പുനരാഖ്യാനം
അജീർകുട്ടി

ചിന്ത പബ്ലിഷേഴ്സ്
തിരുവനന്തപുരം-695 001
വില : ₹ 80

## കെ എം അജീർകുട്ടി

1957 നവംബർ 13 ന് ഇടവയിൽ ജനിച്ചു. ബി എ (ഫിലോസഫി), എം എ (ഇംഗ്ലീഷ്) ബിരുദങ്ങൾക്കുപുറമെ ന്യൂസ് പേപ്പർ ഡബ്ബിങ് സർട്ടിഫിക്കറ്റ്, NELTS സർട്ടിഫിക്കറ്റ് എന്നിവയും നേടി. സിങ്കപ്പൂർ, ദുബായ് എന്നിവിടങ്ങളിലെ ദിനപത്രങ്ങളിൽ ജോലി ചെയ്തു. ഇപ്പോൾ മഹാത്മാഗാന്ധി സർവകലാശാലയിൽ ഉദ്യോഗസ്ഥൻ.

*കളഞ്ഞുകിട്ടിയ വസ്തുക്കൾ* എന്ന കവിതാ സമാഹാരമുൾപ്പെടെ പതിനൊന്ന് പുസ്തകങ്ങൾ പ്രസിദ്ധീകരിച്ചിട്ടുണ്ട്. മലയാളത്തിലെ മികച്ച കവിതകളും കഥകളും ഇംഗ്ലീഷിലേക്ക് പരിഭാഷപ്പെടുത്തിയിട്ടുണ്ട്. ചിന്ത പബ്ലിഷേഴ്സ് പ്രസിദ്ധീകരിച്ച *മഹമൂദ് ദർവീഷിന്റെ കവിതകൾ* എന്ന ഗ്രന്ഥത്തിന് കേരള ഭാഷാ ഇൻസ്റ്റിറ്റ്യൂട്ടിന്റെ പരിഭാഷയ്ക്കുള്ള എം പി കുമാരൻ സ്മാരക പുരസ്കാരം (2009) ലഭിച്ചു.

വിലാസം : മാങ്കൂട്ടം തൊടി
ഇടവ – 695 311
ഫോൺ : 9495042659
e-mail : ajirkutty @ gmail.com

# കഥകൾ


കൽക്കൂന 7
കുഴപ്പം ക്ഷണിച്ചുവരുത്തൽ-ലാവോസ് 9
സുക്കുവിന്റെ വധു-മധ്യപ്രദേശ് 12
ദൈവം തരുന്നു-ആന്ധ്രാപ്രദേശ് 15
ഗുരുവും ശിഷ്യനും-പശ്ചിമ ബംഗാൾ 17
കടുത്ത കുറ്റവാളി-മ്യാൻമാർ 19
ഭാവനയിൽ ഒരു പറക്കൽ-ഇറാൻ 22
കടുവയുടെ മീശ-കൊറിയ 24
രുചിക്കുന്ന സത്യം-ആന്ധ്രാപ്രദേശ് 26
വാലില്ലാത്ത ജന്തു-ആഫ്രിക്ക 27
കുടുംബ ദൗർഭാഗ്യങ്ങൾ-ഭൂട്ടാൻ 29
കർഷകന്റെ സൂത്രം-ഗുജറാത്ത് 31
പന്നിയും അഴുക്കും-മേഘാലയ 34
പിശുക്കൻ, മഹാപിശുക്കൻ-ചൈന 36
കടക്കെണി-ചൈന 39
തിരുമ്മു ചികിത്സ-ഗുജറാത്ത് 41
വിവേകമുള്ള വാർധക്യം-ലാറ്റ്വിയ 44
സ്വർണത്തളിക-കേരളം 46
അസംതൃപ്തിക്ക് ചികിത്സ-ജമ്മു കാശ്മീർ 49
ദു:ഖം പങ്കുവയ്ക്കൂ!-തമിഴ്നാട് 51
താനല്ലെങ്കിൽ പിന്നാര്!-കർണാടക 53

പട്ടി മരിച്ചത്.............-പാകിസ്ഥാൻ 54
ഏറ്റവും വലിയ മഹാൻ: ഒരു ചങ്ങലക്കഥ-അസം 56
അടിയുടെ പാടുകൾ-വിയത്നാം 58
പൂവൻകോഴിയുടെ അടവ്-നാഗാലാന്റ് 60
പ്രാവിന്റെ മുട്ട: ചങ്ങലക്കഥ-കേരളം 62
ചിലന്തിയമ്മാവൻ-നൈജീരിയ 65
സ്ത്രീധനം-ആദിവാസി നാടോടിക്കഥ 67
ഉദാരവാനായ വിദ്യാർഥി-ചൈന 69
മൂന്ന് ശിക്ഷയും ഒരുമിച്ച്-ഊരറിയാക്കഥ 72
ബുദ്ധിമാനായ കർഷകൻ-ഊരറിയാക്കഥ 73
പെരുങ്കള്ളൻ-മഹാരാഷ്ട്ര 75
കുഴപ്പക്കാരി-ഊരറിയാക്കഥ 78
സത്യത്തിന്റെ നിമിഷം-സെൻ ബുദ്ധകഥ 80
സുന്ദരനായ രാജകുമാരൻ-മധ്യകാല ജൈനകഥ 82
കാക്കയും കുരുവിയും: മറ്റൊരു ചങ്ങലക്കഥ 84
മരിക്കാത്ത സ്നേഹം-ജൈനകഥ 87
അന്ത്യോപദേശം-കേരളം 90
വെല്ലുവിളി-മംഗോളിയ 91
'എന്നെ സാർ എന്നു വിളിക്കണം'-ഉത്തർപ്രദേശ് 93
ശൈഖിന്റെ കൗശലം-അറേബ്യ 96
രാത്രി സഞ്ചാരി-ഗുജറാത്ത് 99
ആരാണെന്നറിയാതെ-പശ്ചിമ ബംഗാൾ 100
മൂക്കില്ലാരാജ്യത്ത്-ഊരറിയാക്കഥ 102
ഇടിമിന്നൽ-ചൈന 105
വിട്ടുമാറാത്ത സ്നേഹം-ഇറാൻ 107
കയർവിദ്യ-ഹരിയാന 110
പരസ്പരാശ്രയം-ജാതകകഥ 113
രണ്ട് പേർഷ്യൻ ജാറുകൾ-പഞ്ചാബ് 115
ആകാശം മേൽപ്പോട്ട് പോയതെങ്ങനെ?-കർണാടക 117
സ്വപ്നങ്ങൾ-നേപ്പാൾ 119
മരിച്ച ദൈവം-കർണാടക 121
കുടുംബമഹിമ-അഫ്ഘാനിസ്ഥാൻ 123
കഥതീരുമ്പോൾ, ഒരു ചങ്ങലക്കവിത-ഒറീസ 126
ബുർറാ!-മഹാരാഷ്ട്ര 127

# കൽക്കൂന

**ന**മുക്ക് കഥകളുടെ കഥ കേൾക്കാനിരിക്കാം കൂട്ടരേ. പല നാടുകളിൽ നിന്നുള്ള പല കഥകളാണ് അടുത്ത പുറങ്ങളിൽ. ഇവയൊക്കെ എവിടുന്ന് എങ്ങനെ കിട്ടി എന്നു ചോദിച്ചാൽ — ഒന്ന് അവിടുന്ന് കിട്ടി പിന്നൊന്ന് ഇവിടുന്ന് കിട്ടി മറ്റൊന്ന് അങ്ങനെ കിട്ടി വേറൊന്ന് ഇങ്ങനെ കിട്ടി. അങ്ങനെ പല നാളുകളായി കിട്ടിക്കൊണ്ടിരിക്കുന്ന കഥകൾ അപ്പപ്പോഴായി ചുമന്നു കൊണ്ടുവന്നിട്ട ഒരു കൽക്കൂന *(Cairn)യാണിത് എന്നേ പറയാനുള്ളൂ.

ഇതിലെ ചില കഥകൾ, കല്ലുകൾ, നിങ്ങൾക്ക് അത്രയ്ക്കു പരിചയമുണ്ട്, അല്ലേ? ഓമനത്തവും ചാരുതയും അപൂർവതയുമുള്ള ചില കല്ലുകളെപ്പോലെ അവ നിങ്ങൾ സൂക്ഷിച്ചുവെച്ചിട്ടുമുണ്ടായിരിക്കാം. മറ്റു ചിലത് നിങ്ങൾക്ക് തീരെ പുതിയതുമായിരിക്കാം. എല്ലാംകൂടി കൂമ്പാരമാക്കിയപ്പോൾ, എന്തോ, ഞാനതൊന്നും നോക്കിയില്ല. പേട്ട് തേങ്ങയും വിളഞ്ഞ തേങ്ങയുമെല്ലാം കൂമ്പാരമാക്കിയിടുമ്പോലെയാണെന്നും വെച്ചോളൂ. വിലയ്ക്കെടുക്കുന്നവർ എല്ലാംകൂടി മതിപ്പുവിലയ്ക്കങ്ങ് എടുത്തോളും. നാടോടി പാരമ്പര്യമുള്ളതാണ് ഇതിലെ ഒട്ടുമിക്ക കഥകളും. അതുകൊണ്ടുതന്നെ ഒരു കഥ ഇന്ന നാടിന് മാത്രം അവകാശപ്പെട്ടതാണ് എന്നൊന്നും പറയാൻ കഴിയില്ല. വാമൊഴിയായി പ്രചരിക്കുന്നവ തന്നെ വാമൊഴിയിലൂടെ തർജമചെയ്യപ്പെട്ട് ദേശാന്തരങ്ങളിൽ നാടോടിയായി നടക്കുന്നുണ്ടാവാം.

---

* cairn - a pile of rough stones set up as a monument or landmark (e.g. on the top of a mountain)

ഇളംവായനക്കാരുടെ (തീർച്ചയായും മുതിർന്നവരുടെയും) നർമബോധത്തെ, ഭാവനയെ, ബുദ്ധിയെ, ചിന്താശേഷിയെ, ഭാഷാസ്നേഹത്തെ ഒക്കെ ഉണർത്താനും പരിപോഷിപ്പിക്കാനും പോന്നവയാണ് ഇതിലെ കഥകളെല്ലാംതന്നെ എന്ന വിശ്വാസമുണ്ട്. അതു നിങ്ങളുംകൂടി പങ്കിടുമെന്ന് കരുതുന്നു.

**അജീർകുട്ടി**

# 1

# കുഴപ്പം ക്ഷണിച്ചുവരുത്തൽ

**പ**ഴയൊരു സന്യാസിമഠത്തിന്റെ പറമ്പിൽ ഒരു അത്തിമരം നിന്നിരുന്നു. മധുരം കിനിയുന്ന വലിയ പഴങ്ങളായിരുന്നു അതിൽ വിളഞ്ഞിരുന്നത്.

സന്യാസിമഠത്തിലെ മുഖ്യസന്യാസിക്ക് അത്തിപ്പഴങ്ങൾ വളരെ ഇഷ്ടമായിരുന്നു. ആ മരത്തിൽ കായ്ച്ച അത്തിപ്പഴങ്ങൾ മുഴുവനും തനിക്ക് തിന്നുവാൻ കഴിയില്ലെങ്കിലും അവയിൽ നിന്നും ഒരെണ്ണം പോലും ആർക്കും കൊടുക്കാൻ കൂട്ടാക്കാത്തത്രയ്ക്ക് ഇഷ്ടം എന്നർഥം. പഴുത്തു വീണ പഴങ്ങൾ നിലത്ത് കിടന്ന് ചീഞ്ഞുപോയാൽ പോലും അയാൾക്ക് വിഷമമില്ല. എന്നാലും ആർക്കും ഒരെണ്ണം കൊടുക്കില്ല.

ഒരു ദിവസം സന്യാസിയെ കാണാൻ ഗ്രാമത്തിൽ നിന്നും ഒരാൾ വന്നു.

"കുറെ അത്തിപ്പഴങ്ങൾ തരണമെന്ന് അപേക്ഷിക്കുവാനാണ് ഞാൻ വന്നിരിക്കുന്നത്," ആ മനുഷ്യൻ പറഞ്ഞു.

"ആ പ്രശ്നം ഉദിക്കുന്നില്ല," സന്യാസി പറഞ്ഞു.

"സാരമില്ല." സന്ദർശകൻ അറിയിച്ചു. "ഞാൻ ചോദിച്ചുവെന്നതു മറന്നേക്കൂ. എന്നാലെന്റെ രണ്ടാമത്തെ അപേക്ഷ നിരസിക്കരുത്. മറ്റന്നാൾ താങ്കൾ എന്നോടൊപ്പം വിരുന്നുണ്ണണം. എന്റെ അളിയൻ തായ്‌ലന്റിൽ നിന്നും ഉപ്പിട്ടുണക്കിയ കുറെ സ്രാവിൻ ചിറകുകൾ കൊണ്ടു വന്നിട്ടുണ്ട്. സ്രാവിൻ ചിറകുകൊണ്ടുള്ള സൂപ്പ് ഉണ്ടാക്കുവാൻ ഞാൻ ഉദ്ദേശിച്ചിരിക്കുകയാണ്."

"സ്രാവിൻ ചിറകിന്റെ സൂപ്പോ!" സന്യാസി ആശ്ചര്യത്തോടെ വിളിച്ചു ചോദിച്ചു. അദ്ദേഹത്തിന് നല്ല ഭക്ഷണം വളരെ ഇഷ്ടമായിരുന്നു.

പണക്കാർ മാത്രം കഴിക്കുന്ന വിശിഷ്ടഭോജ്യമത്രെ സ്രാവിൻ ചിറകിന്റെ സൂപ്പ്.

"ഞാൻ തീർച്ചയായും വരും....പിന്നെ.....അത്തിപ്പഴത്തിന്റെ കാര്യമാണെങ്കിൽ......കുറെയെണ്ണം എടുത്തോളൂ."

ഒരു വലിയ കൂട നിറയെ അത്തിപ്പഴങ്ങളുമെടുത്ത് ആ മനുഷ്യൻ സ്ഥലം വിട്ടു.

അടുത്തദിവസം ഗ്രാമത്തിൽ നിന്നും മറ്റൊരാൾ സന്യാസിയെ കാണാൻ എത്തി.

അയാളും അത്തിപ്പഴങ്ങൾ ആവശ്യപ്പെട്ടു. ആവശ്യം തള്ളിയെന്നു പറയേണ്ടതില്ലല്ലോ.

"സാരമില്ല," ആ മനുഷ്യൻ പറഞ്ഞു. അതു പ്രധാനല്ല. മറ്റന്നാൾ എന്റെ വീട്ടിൽ വന്നു താങ്കൾ വിരുന്നുണ്ണണം. അതിന് താങ്കളെ ക്ഷണിക്കുവാനാണ് ഞാൻ മുഖ്യമായും വന്നത്. എന്റെ ഒരു ബന്ധു ചൈനയിൽ നിന്നും ഒന്നാന്തരം കുടൽമാംസപ്പലഹാരം കൊണ്ടുവന്നിട്ടുണ്ട്. ആ വിശിഷ്ട ഭോജ്യം താങ്കളോടൊത്തു പങ്കിടാൻ ഞാൻ ആഗ്രഹിക്കുന്നു."

"നല്ല കുടൽമാംസപ്പലഹാരം കഴിച്ചിട്ട് വർഷങ്ങളായി," വായിൽ നിന്നും ഉമിനീർ വീഴ്ത്തിക്കൊണ്ട് സന്യാസി പറഞ്ഞു: "ഞാൻ തീർച്ചയായും വരും....പിന്നെ....അത്തിപ്പഴം വേണമെങ്കിൽ കുറെ എടുത്തോളൂ."

അടുത്തദിവസം, സന്യാസിയെ വീട്ടിലേക്കു കൂട്ടിക്കൊണ്ടുപോകാനായി ഒന്നാമത്തെയാൾ എത്തി. സന്യാസി മഠത്തിൽനിന്നും അവർ പുറത്തേക്ക് കടന്നില്ല. അപ്പോഴേക്കും രണ്ടാമത്തെയാളും അവിടെ വന്നു ചേർന്നു.

"ആ കുടൽമാംസത്തിന് നല്ല മണം, സ്വാമീ. ഒരു ദിവസംകൂടി കാത്തിരിക്കാൻ എനിക്കാവില്ല. എന്റെ ഭാര്യ അത് പാകപ്പെടുത്തുകയാണ്. താങ്കളെ കൂട്ടിക്കൊണ്ടുപോകാനാണ് ഞാൻ വന്നിരിക്കുന്നത്", രണ്ടാമൻ വിശദീകരിച്ചു.

"അദ്ദേഹം എന്റെ വീട്ടിലേക്കു വരികയാണ്", ഒന്നാമൻ പറഞ്ഞു. സന്യാസിയുടെ കൈക്കു പിടിച്ചുകൊണ്ട്, "വരൂ സ്വാമീ."

"എന്റെ വീട്ടിലേക്ക് വരാമെന്ന് താങ്കൾ വാക്കുപറഞ്ഞതാണ്," സ്വാമിയുടെ മറ്റേക്കൈ പിടിച്ച് വലിച്ചുകൊണ്ട് രണ്ടാമൻ പറഞ്ഞു: "എന്നെ നിരാശപ്പെടുത്തരുത്. താങ്കൾ വരുന്നുണ്ടെന്ന് ഞാൻ എല്ലാവരോടും പറഞ്ഞിരിക്കയാണ്."

"അയാളെ വിടൂ!." ഒന്നാമൻ വിളിച്ചു പറഞ്ഞു. "അദ്ദേഹം എന്റെ വീട്ടിലേക്കു വരികയാണ്."

"എന്നെ വിടൂ," നൊന്തുകരഞ്ഞുകൊണ്ട് സ്വാമി പറഞ്ഞു. അദ്ദേഹം ബലാൽക്കാരമായി അവരിൽനിന്നും മോചനം നേടി. അദ്ദേഹം കിതയ്ക്കുകയായിരുന്നു. ശ്വാസം കിട്ടാതെ ഉഴറി. ഇത്രയും പാരുഷ്യത്തോടെ ആരും അദ്ദേഹത്തോട് പെരുമാറിയിട്ടുണ്ടായിരുന്നില്ല. അദ്ദേഹത്തെ

കൂടെക്കൂട്ടുന്നതിന് ആരും നാളിതുവരെ പൊരുതിയിട്ടുമില്ല. അതുകൊണ്ട് അദ്ദേഹത്തിന് അത്രയ്ക്ക് വല്ലായ്മ തോന്നി.

"നമുക്ക് പിടിവലി നിറുത്താം," അദ്ദേഹം പറഞ്ഞു: "ഞാൻ രണ്ട് വീട്ടിലും വരും, ഊഴം വെച്ച്."

തന്റെ വീട്ടിൽ ആദ്യം വരണമെന്ന് ഓരോരുത്തരും ശഠിച്ചു. പിന്നെയും അവർ അദ്ദേഹത്തെ പിടിച്ച് അങ്ങോട്ടും ഇങ്ങോട്ടും വലിക്കുവാൻ തുടങ്ങി. സന്യാസിക്ക് മതിയായി.

"മതി, മതി!" അദ്ദേഹം കരഞ്ഞു വിളിച്ചു. "മതി, രണ്ടുപേരും എന്നെ വിട്ടേക്കൂ. ഞാൻ രണ്ടു വീട്ടിലും വരുന്നില്ല."

"രണ്ട് വീട്ടിലും വരുന്നില്ലേ?", അവർ നിരാശയോടെ ചോദിച്ചു:

"ഇല്ല!" സന്യാസി പറഞ്ഞു. "എനിക്ക് വിശപ്പ് തന്നെ നഷ്ടമായിരിക്കുന്നു. പോകൂ.....ദയവായി." അവർ നടന്നകന്നു. സന്യാസിമഠത്തിൽ നിന്നും അകന്നപ്പോൾ അവർ പരസ്പരം മുതുകത്തടിച്ച് പൊട്ടിച്ചിരിക്കാൻ തുടങ്ങി. മറ്റുള്ളവരോട് കുസൃതി കാണിക്കുന്നതിഷ്ടപ്പെട്ടിരുന്ന രണ്ട് പഴയ സുഹൃത്തുക്കളായിരുന്നു അവർ. വെറും പാവങ്ങളായിരുന്ന അവരുടെ വീട്ടിൽ ചോറ് മാത്രമേ വച്ചിട്ടുണ്ടായിരുന്നുള്ളൂ. അന്ന് ഏതായാലും ഊണിനുശേഷം കഴിക്കാൻ അത്തിപ്പഴങ്ങളുമുണ്ടായിരുന്നു.

**(ലാവോസ്)**

# 2

# സുക്കുവിന്റെ വധു

**സു**ക്കുവിന് കല്യാണം കഴിക്കണം. വധുവിനെ കണ്ടുപിടിക്കാനുള്ള ചുമതല അമ്മയ്ക്ക്. സുക്കുവിന് മകളെ കല്യാണം കഴിച്ചു കൊടുക്കാൻ ഒരു കുടുംബവും തയാറല്ലെന്ന് ആ അമ്മ അറിഞ്ഞു. അയാൾ പരമദരിദ്രനാണ് എന്നതത്രെ കാരണം.

തനിക്ക് ഒരു വധുവിനെ കണ്ടുപിടിച്ചുകൊടുക്കണമെന്ന മകന്റെ അപേക്ഷ കേട്ടുകേട്ട് അമ്മ തളർന്നു. അങ്ങനെ ഒരുദിവസം അവർ ഒരു പണിപറ്റിച്ചു. മുള്ളുകളുള്ള ഒരു മരക്കഷ്ണമെടുത്ത് സാരിയിൽ പൊതിഞ്ഞു തന്റെ മുറിയുടെ മൂലയിൽ കൊണ്ടുചെന്നു വച്ചു. ജോലിയൊക്കെ കഴിഞ്ഞ് വൈകുന്നേരം മകൻ മടങ്ങിവന്നപ്പോൾ അയാളുടെ വധുവിനെ കണ്ടെത്തിയിട്ടുണ്ടെന്ന് അമ്മ മകനെ ധരിപ്പിച്ചു.

സുക്കു അതീവ സന്തുഷ്ടനായി. അവൾ ആരാണെന്നും വിവാഹം എന്നു നടക്കുമെന്നും അറിയാൻ അയാൾക്കു തിടുക്കമായി.

"അവളിവിടെ എന്റെ മുറിയിൽത്തന്നെയുണ്ട്," അമ്മ പറഞ്ഞു. "കല്യാണം കഴിക്കുന്ന കാര്യമാണെങ്കിൽ നമ്മെപ്പോലുള്ള പാവങ്ങൾക്ക് അതിന്റെ ആർഭാടങ്ങളെക്കുറിച്ചൊന്നും ചിന്തിക്കാൻപോലും കഴിയില്ല. അതുകൊണ്ട് കല്യാണം നടന്നുവെന്നുതന്നെ അങ്ങുവിചാരിച്ചോളൂ....."

"എനിക്കവളെയൊന്നു കാണാനൊക്കുമോ?" സുക്കു ചോദിച്ചു.

"വാതിൽക്കൽനിന്നു മാത്രം. അകത്തേക്കു പോകരുത്. അവൾക്ക് വലിയ നാണമാണ്."

സുക്കു അമ്മയുടെ മുറിയിലേക്ക് ഒളിഞ്ഞു നോക്കി. ആവേശഭരിതനായിട്ടാണ് അയാൾ പിൻവാങ്ങിയത്.

"അതാ ആ മൂലയിൽ അവൾ പുറംതിരിഞ്ഞിരിക്കുകയാണല്ലോ," സുക്കു പിറുപിറുത്തു.

“അവളുടെ നാണമൊക്കെ ക്രമേണ മാറും,” അമ്മ പറഞ്ഞു. “അക്ഷമനാകരുത്. അവൾ വിളിക്കുംവരെ അടുത്തേക്കൊന്നും പോകരുത്.”

മുറിയുടെ മേൽ എപ്പോഴും അവർക്കൊരു കണ്ണുണ്ടായിരുന്നു. സുക്കു അകത്തു കടക്കാൻ ശ്രമിച്ചപ്പോഴൊക്കെ ആ അമ്മ മകനെ പിന്തിരിപ്പിച്ചു. പക്ഷേ, ഒരു ദിവസം അമ്മയുടെ നോട്ടം തെറ്റി. സുക്കു പതുക്കെ ശബ്ദമുണ്ടാക്കാതെ അകത്തുചെന്ന് ആ മരക്കഷ്ണത്തിൽ തൊട്ടു. മുള്ളുകൊണ്ടപാടെ കൈ വലിച്ച അയാൾ കരഞ്ഞു പോയി.

അമ്മ ശരേന്ന് മകനെ മുറിയിൽ നിന്നും വെളിയിലേക്ക് കൊണ്ടു വന്നു.

“അവൾ എന്നെ നുള്ളി!” സുക്കു ദേഷ്യത്തോടെ പറഞ്ഞു. “എന്നോടവൾക്ക് ആദരവില്ല. നല്ല അടികൊടുക്കണം!”

“അവളെ പേടിപ്പിക്കാതെ,” അമ്മ പറഞ്ഞു. അവൾ വിളിക്കും വരെ അകത്തു കടക്കരുതെന്ന് ഞാൻ പറഞ്ഞതല്ലേ. ഇനി പോയി വല്ലതും കഴിക്കൂ.”

സുക്കു വല്ലായ്മയോടെ ഭക്ഷണം കഴിച്ചു. മകന്റെ മനസ്സ് ആകെ ഇളകി മറിഞ്ഞിരിക്കുകയാണെന്ന് അമ്മ അയാളെ നോക്കി മനസിലാക്കി. മകനെ പറ്റിച്ചതിൽ ആ അമ്മയ്ക്ക് വിഷമം തോന്നി. സംഗതികൾ കൈവിട്ടു പോകും മുമ്പ് അന്നുരാത്രി തന്നെ ആ നാടകം അവസാനിപ്പിക്കാൻ അമ്മ തീരുമാനിച്ചു. ഉറങ്ങാൻ പോകുന്നതിന് മുമ്പ് സാരി എടുത്ത് മാറ്റിയിട്ട് മരക്കഷ്ണം ജനാലയിലൂടെ പുറത്തേക്കെറിഞ്ഞു.

ആ സമയം, സുക്കു തന്റെ കിടക്കയിൽ ഉറക്കം വരാതെ തിരിയുകയും മറിയുകയും ചെയ്യുകയായിരുന്നു. ഭാര്യയെ അടിക്കുമെന്ന് ഭീഷണിപ്പെടുത്തിയതിൽ അയാൾക്ക് വലിയ വിഷമം തോന്നി. പോയിച്ചെന്ന് അവളെ നോക്കാൻ തന്നെ ഒടുക്കം അയാൾ തീരുമാനിച്ചു.

മുറിയിൽ ഒളിച്ചു കടന്ന അയാൾ അമ്മയെ മാത്രമേ കണ്ടുള്ളു. അവനെ പരിഭ്രാന്തി പിടികൂടി.

“അവൾ പോയി!” അവൻ ഉറക്കെ നിലവിളിച്ചു. അമ്മയെ കുലുക്കി ഉണർത്തുകയും ചെയ്തു. “എന്റെ ഭാര്യ പോയി!”

“അവളെ അടിക്കുമെന്നല്ലേ നീ പറഞ്ഞത്. അതുകേട്ട് പേടിച്ച് ഓടിപ്പോയതാവാം അവൾ. അങ്ങനെ തന്നെ.” ബുദ്ധി കൈവിടാതെ ആ അമ്മ പറഞ്ഞു.

“നീ അവിടെയെങ്ങാനുമുണ്ടോ? നീ അവിടെയെങ്ങാനുമുണ്ടോ?” എന്നു വിളിച്ചുകൊണ്ട് സുക്കു വീട്ടിൽ നിന്നും ഓടി.

ഒരു സ്ത്രീ തന്റെ നേർക്ക് നടന്നുവരുന്നത് കണ്ടിട്ട് സുക്കു പാഞ്ഞു ചെന്നു. അവൻ വിളിച്ചു പറഞ്ഞു:

“എന്നോടൊപ്പം വീട്ടിലേക്കു പോരൂ. ഞാൻ നിന്നെ ഉപദ്രവിക്കില്ല. നീ വിളിക്കുന്നതു വരെ ഞാൻ നിന്റെ അടുത്തേക്ക് വരികയുമില്ല.”

വീട്ടിൽ നിന്നും ഓടിപ്പോന്ന ഒരു യുവതിയായിരുന്നു അത്. സുക്കുവിന്റെ അഭ്യർഥന നേരെ അവളുടെ ഹൃദയത്തിലേക്കു കടന്നു. ആരും തന്നെ അവളോട് ഇത്രയും കരുണയോടെ മുമ്പൊരിക്കലും സംസാരിച്ചിരുന്നില്ല.

"ഞാൻ വരാം." അവൾ പറഞ്ഞു. സുക്കു വീട്ടിലേക്ക് ഒരു യുവതിയുമായി കയറിവരുന്നതു കണ്ട് അമ്മ ഞെട്ടി. അതും അവനോടൊപ്പം ജീവിക്കാൻ തയാറുള്ള ഒരുത്തിയുമായി. ദൈവീകമായ ഒരു പ്രവൃത്തിയാണതെന്ന് അമ്മ കരുതി. ഉടനെതന്നെ അവരുടെ വിവാഹം നടത്തിക്കൊടുക്കുകയും ചെയ്തു. അതിനുശേഷം അവർ മൂന്നുപേരും സന്തോഷത്തോടെ ജീവിച്ചു.

**(മധ്യപ്രദേശ്)**

# 3

# ദൈവം തരുന്നു

ഉദാരമതിയായ ഒരു രാജാവ് ആന്ധ്ര ഭരിച്ചിരുന്നു. ദിവസവും രണ്ട് യാചകർ അദ്ദേഹത്തെ കാണാനെത്തും. അവർക്ക് ഭക്ഷണവും പണവും രാജാവ് കൊടുത്തുവന്നു.

ഭിക്ഷ സ്വീകരിക്കുമ്പോൾ യാചകരിൽ മൂത്തവൻ പറയും, "ദൈവം തരുന്നു."

ഇളയവനായ മറ്റേ യാചകൻ അപ്പോൾ പറയും: "നമ്മുടെ രാജാവ് തരുന്നു."

ഒരു ദിവസം രാജാവ് അവർക്ക് പതിവിൽ കൂടുതൽ പണം നൽകി. അപ്പോൾ പ്രായംചെന്ന യാചകൻ ആർത്തിയോടെ വിളിച്ചു പറഞ്ഞു: "ദൈവം തരുന്നു." രാജാവിന് അസഹ്യത തോന്നി. അദ്ദേഹം വിചാരിച്ചു: "ഞാനാണ് അവന് ഭക്ഷണം നൽകുന്നത്, എന്നാൽ അവൻ പറഞ്ഞു കൊണ്ടിരിക്കുന്നത് ദൈവം തരുന്നു, ദൈവം തരുന്നുവെന്ന്. യഥാർഥ ദാതാവ് ആരാണെന്ന് അവൻ അറിയേണ്ട സമയമായി."

അടുത്ത ദിവസം ഭിക്ഷ കൊടുത്തിട്ട് പതിവ് വഴിവിട്ട്, വിരളമായിട്ട് മാത്രം ഉപയോഗിക്കുന്ന മറ്റൊരു വഴിയേ പോകുവാൻ രാജാവ് യാചകരോട് ആവശ്യപ്പെട്ടു.

"നിങ്ങളിൽ ഒരാൾക്ക് ഞാൻ നൽകിയിട്ടുണ്ട്. മറ്റവന് ദൈവം നൽകും." രാജാവ് പറഞ്ഞു.

രാജാവിനെ പുകഴ്ത്തിയ ആൾ മുമ്പേയും മറ്റേയാൾ പുറകേയും പോകണമെന്നാണ് നിർദേശം. സ്വർണം നിറച്ച ഒരു സഞ്ചി വഴിയിൽ വെച്ചിരിക്കും. അത് ആ യാചകന് കിട്ടട്ടെ.

പുതിയ വഴിയിൽക്കൂടി നടക്കുമ്പോൾത്തന്നെ എന്തിനാണ് ഈ വഴിയിൽ കൂടി വിട്ടതെന്നായി ഇളയ യാചകന്റെ ചിന്ത.

'ഈ റോഡിന്റെ സ്വകാര്യതയും സ്വച്ഛതയും ഞാൻ ആസ്വദിക്കട്ടെ എന്നായിരിക്കാം രാജാവ് ഉദ്ദേശിച്ചത്,' അയാൾ വിചാരിച്ചു. "ഇതൊരു മനോഹരമായ പാത തന്നെ. വളരെ വീതിയേറിയത്. ഒരാൾക്ക് വേണമെങ്കിൽ കണ്ണുമടച്ചു നടക്കാം." അങ്ങനെ അയാൾ കണ്ണടയ്ക്കുക തന്നെ ചെയ്തു. സ്വർണം നിറച്ച സഞ്ചി അയാളുടെ കണ്ണിൽപ്പെട്ടതുമില്ല. പുറകെ നടന്നു വരികയായിരുന്ന പ്രായംചെന്ന യാചകനാണ് അതു കിട്ടിയത്.

അടുത്ത ദിവസം, തങ്ങൾ പോയ വഴിയിൽ വല്ലതും കണ്ടുവോ എന്ന് രാജാവ് യാചകരോട് ചോദിച്ചു. ഇളയ യാചകനെ രാജാവ് അർഥഗർഭമായി നോക്കുകയും ചെയ്തു. എന്നാൽ അയാൾ തലകുലുക്കുക മാത്രമാണ് ചെയ്തത്.

"മനോഹരമായ ഒരു വഴിയായിരുന്നു അത്." അയാൾ പറഞ്ഞു, "പക്ഷേ എനിക്കൊന്നും കിട്ടിയില്ല."

"എന്നാൽ എനിക്കു കിട്ടി," മറ്റേയാൾ പറഞ്ഞു: "സ്വർണം നിറച്ച ഒരു സഞ്ചി എനിക്കു കിട്ടി. ദൈവം തന്നു."

താനാണ് യഥാർഥ ദാതാവെന്ന് ആ പ്രായംചെന്ന യാചകനെ മനസിലാക്കിക്കാൻ രാജാവ് വീണ്ടും തീരുമാനിച്ചു. മടങ്ങിപ്പോകവെ യാചകരിൽ ഇളയവനെ മടക്കി വിളിപ്പിച്ചിട്ട് രാജാവ് അയാൾക്കൊരു മത്തങ്ങ കൊടുത്തു.

മജ്ജയെല്ലാം തുരന്നെടുത്ത ശേഷം മത്തങ്ങയിൽ വെള്ളി നാണയങ്ങൾ നിറച്ചിരുന്നു. പക്ഷേ, ആ യാചകൻ അതറിഞ്ഞില്ല. വഴിക്ക് അത് അയാൾ ഒരു ബ്രാഹ്മണനായ വ്യാപാരിക്കു വിറ്റു. കുറച്ച് നാണയങ്ങൾക്ക്.

കഴിഞ്ഞ ദിവസം പ്രത്യേകിച്ച് വല്ലതും സംഭവിച്ചുവോ എന്ന് രാജാവ് യാചകരോട് അടുത്ത ദിവസം ചോദിച്ചു, ഇളയ യാചകനെ ഇത്തവണയും അർഥഗർഭമായി നോക്കിക്കൊണ്ടുതന്നെ.

"ഒന്നും സംഭവിച്ചില്ല," ആ യാചകൻ പറഞ്ഞു. "ഉദാരവാനായ അങ്ങ് നൽകിയ മത്തങ്ങ വിറ്റപ്പോൾ പതിവിലും കൂടുതൽ പണം കൂടി കിട്ടിയെന്നതൊഴിച്ച്."

തനിക്കുണ്ടായ അമ്പരപ്പു പുറത്തു കാണിക്കാതിരിക്കാൻ രാജാവ് വളരെ പണിപ്പെട്ടു.

"താനോ?" മറ്റേ യാചകനോടും രാജാവ് ചോദിച്ചു. "തനിക്കും പതിവിലും കൂടുതൽ സമ്പാദ്യം കിട്ടിയോ?"

"തീർച്ചയായും," അയാൾ പറഞ്ഞു. "ഒരു ബ്രാഹ്മണവ്യാപാരിയുടെ കട കടന്ന് പോകുമ്പോൾ എന്നെ വിളിച്ച് അദ്ദേഹം ഒരു മത്തങ്ങ തന്നു. വീട്ടിൽ ചെന്ന് അതു മുറിച്ചപ്പോഴുണ്ട് നിറയെ വെള്ളിത്തുട്ടുകൾ. ഞാൻ എപ്പോഴും പറയാറില്ലേ, ദൈവം തരുന്നു."

**(ആന്ധ്രാപ്രദേശ്)**

# 4

## ഗുരുവും ശിഷ്യനും

**“ദൈ**വം എവിടെയാണ്?” ശിഷ്യൻ ചോദിച്ചു.

“എല്ലായിടത്തും. എന്തിലും. ആരിലും,” ഗുരു പറഞ്ഞു.

പിന്നീട് വീട്ടിലേക്കു പോകുന്ന വഴി, മദമിളകിയ ഒരാന തന്റെ നേർക്ക് പാഞ്ഞടുക്കുന്നത് ശിഷ്യൻ കണ്ടു.

“വഴിയിൽ നിന്നും മാറിനിൽക്കൂ, വഴി മാറൂ,” ആനക്കാരൻ അലറി വിളിച്ചു പറഞ്ഞു. “ആനയ്ക്കു മദമിളകിയിരിക്കുകയാണ്.”

പക്ഷേ ശിഷ്യന്റെ ചിന്തപോയതിങ്ങനെ:

"എല്ലായിടത്തും ദൈവമുണ്ടല്ലോ. അവൻ ആനയിലുണ്ട്. അവൻ എന്നിലുണ്ട്. ദൈവം ദൈവത്തെ ആക്രമിക്കുമോ? ഇല്ല. അതുകൊണ്ട് ആന എന്നെ ആക്രമിക്കുകയില്ല."

അയാൾ നിന്നേടത്തുതന്നെ നിന്നു. ആന അയാളെ തുമ്പിക്കൈയിൽ കോരിയെടുത്ത് ദൂരെയെറിഞ്ഞു. ഭാഗ്യമെന്നു പറയട്ടെ അയാൾ ചെന്നുവീണത് ഒരു വൈക്കോൽ കൂനയിലായിരുന്നു. അതുകൊണ്ട് സാരമായി പരിക്ക് പറ്റിയില്ല. എങ്കിലും അയാൾ ആകെ ഞെട്ടി വിഷമത്തിലായി.

അയാളെ വീട്ടിൽ കൊണ്ടുചെന്നാക്കുവാനായിട്ട് ഗുരുവും ശിഷ്യന്മാരും വന്നപ്പോൾ അയാൾ പറഞ്ഞു: "ദൈവം എന്തിലും ഉണ്ടെന്നല്ലേ താങ്കൾ പറഞ്ഞത്. ഇപ്പോൾ ആന ചെയ്തതെന്തെന്ന് നോക്കൂ!"

"ദൈവം എന്തിലും ഉണ്ടെന്നത് നേര്, ഗുരു വിശദമാക്കി. അവൻ ആനയിലുണ്ട്. അതേസമയം, വഴിമാറി നിൽക്കണമെന്ന് നിങ്ങളോട് പറഞ്ഞുകൊണ്ടിരുന്ന ആനക്കാരനിലും ദൈവമുണ്ട്. അയാൾ പറഞ്ഞത് എന്തുകൊണ്ട് നിങ്ങൾ ചെവിക്കൊണ്ടില്ല."

**(പശ്ചിമ ബംഗാൾ)**

# 5

# കടുത്ത കുറ്റവാളി

**ഷാ**ൻ അവന്റെ അപ്പൂപ്പന്റെ വീട്ടിലേക്കു പോവുകയായിരുന്നു. അവന്റെ വീട്ടിൽ നിന്നും അവിടേക്ക് ഒന്നര ദിവസത്തെ ദൂരമുണ്ട്. പകൽ മുഴുവൻ നടന്ന അവൻ രാത്രിയായപ്പോൾ റോഡിനരുകിൽ ഒരു പുൽത്തട്ടിൽ കിടന്നു. കൈയിലുണ്ടായിരുന്ന കുറച്ചു നാണയങ്ങൾ താൻ തന്നെ സൂക്ഷിക്കുന്നത് സുരക്ഷിതമല്ലെന്ന് അവൻ കരുതി. കീശയിലുണ്ടായിരുന്ന ആ തുട്ടുകൾ എടുത്ത് അടുത്തുകണ്ട ഒരു പാറയുടെ അടിയിൽ വെച്ചിട്ട് അവൻ ഉറങ്ങാൻ കിടന്നു.

കഷ്ടകാലമെന്ന് പറയട്ടെ. അതിലേ പോവുകയായിരുന്ന ഒരു വിറകുവെട്ടുകാരൻ അവൻ ചെയ്തതെന്താണെന്ന് കാണുകയും ഷാൻ ഉറങ്ങിയപ്പോൾ പണം മോഷ്ടിക്കുകയും ചെയ്തു.

രാവിലെ ഉണർന്നു നോക്കിയപ്പോഴുണ്ട് കുട്ടിയുടെ പണം കാണാനില്ല. അവൻ കരയാൻ തുടങ്ങി. എന്താണ് സംഭവിച്ചതെന്ന് അറിയുവാനായി അതിലേ പോയവർ അവിടെ കൂടി. കുട്ടിയെ ആരോ കവർച്ച ചെയ്തുവെന്ന് മനസിലാക്കിയപ്പോൾ അവർ അവനെ ഗ്രാമമുഖ്യന്റെ അടുത്ത് കൊണ്ടുചെന്നു.

വിവേകശാലിയായ ഒരു വൃദ്ധനായിരുന്നു ഗ്രാമമുഖ്യൻ. ജനങ്ങളെല്ലാം അദ്ദേഹത്തെ ആദരിച്ചു പോന്നു. കുട്ടിയുടെ കഥ മുഴുവൻ അദ്ദേഹം കേട്ടു. കുട്ടി പണം സൂക്ഷിച്ചിരുന്ന പാറ സഭയിലേക്ക് എടുത്തു കൊണ്ടുവരുവാൻ അദ്ദേഹം ഉത്തരവിട്ടു.

"ഞാൻ അവിടെ വന്ന് കേസ് വിചാരണ ചെയ്തോളാം," അദ്ദേഹം പറഞ്ഞു.

ഗ്രാമീണരാകെ അമ്പരന്നു. കല്ല് സഭയിൽ കൊണ്ടു വരേണ്ടതെന്തിനെന്ന് അവർ അത്ഭുതപ്പെട്ടു. അതുകൊണ്ട് ഗ്രാമമുഖ്യൻ സഭയിലെ

ത്തിയപ്പോഴേക്കും അവിടമാകെ ജനങ്ങളെക്കൊണ്ട് തിങ്ങിനിറഞ്ഞിരുന്നു.

ഗ്രാമത്തലവൻ ഇരിപ്പിടത്തിൽ ഇരുന്നു. കുറ്റവാളിയെന്നു സംശയിക്കപ്പെടുന്നയാളെ ഹാജരാക്കുവാൻ അവിടെനിന്ന ഗ്രാമപ്പൊലീസുകാരനോട് മുഖ്യൻ ആവശ്യപ്പെട്ടു.

"ഞാ....ഞാനാരേയും പിടികൂടിയിട്ടില്ല മൂപ്പോ." പൊലീസുകാരൻ വിഷമത്തോടെ പറഞ്ഞു. "അന്വേഷണം നടത്താനുള്ള സമയമെനിക്കു കിട്ടിയിട്ടില്ല."

"കല്ല് കൊണ്ടുവന്നിട്ടില്ലേ?" തലവൻ ചോദിച്ചു:

"ഓ, കല്ല്!" ആശ്വാസത്തോടെ പൊലീസുകാരൻ പറഞ്ഞു.

ധൃതിയിൽ കല്ലെടുത്തു കൊണ്ടുവന്നിട്ട് പൊലീസുകാരൻ അതു ഗ്രാമത്തലവന്റെ മുമ്പിൽ വെച്ചു.

"ഇനിയിപ്പോ കുട്ടിയുടെ പണമെടുത്ത കാര്യം നിഷേധിക്കുമോ?" ഗ്രാമത്തലവൻ കല്ലിനെ നോക്കി ചോദിച്ചു.

ജനങ്ങൾ പരസ്പരം ചോദ്യഭാവത്തിൽ നോക്കി. മുഖ്യന് കിറുക്ക് തുടങ്ങിയെന്ന് അവരിൽ ചിലർ വിചാരിക്കുക കൂടി ഉണ്ടായി. ഇല്ലെങ്കിൽ പിന്നെ അദ്ദേഹമെന്തിന് ഒരു കല്ലിനോട് വർത്തമാനം പറയണം?

"സംശയിക്കപ്പെടുന്നതിന് മറുപടിയൊന്നുമില്ല," മുഖ്യൻ സഭാഗുമസ്ഥനെ അറിയിച്ചു. "അതു കുറ്റസമ്മതമാണ്. ഒരു കടുത്ത കുറ്റവാളിയെയാണ് നാം കൈകാര്യം ചെയ്യുന്നതെന്നത്രെ എന്റെ തോന്നൽ."

മുഖ്യന്റെ പരാമർശം കേട്ട് രസിച്ചുപോയ ഒരു സഭാവാസിക്ക് ചിരിപൊട്ടിപ്പോയി. എന്നാൽ മുഖ്യൻ അയാളുടെ നേർക്ക് നോക്കിയപ്പോൾ, പൊട്ടിയ ചിരി ഉടൻ അടങ്ങുകയും ചെയ്തു.

"കല്ല് കുറ്റവാളിയെന്ന് ഞാൻ കണ്ടെത്തിയിരിക്കുന്നു," മുഖ്യൻ പറഞ്ഞു. "ശിക്ഷയായിട്ട് അതിന് ഇരുപതു ചാട്ടയടി നൽകുകയും അതിന്റെ തല വെട്ടിക്കളയുന്നതുമാണ്."

ചിരി പൊട്ടിപ്പോയ ആൾക്ക് സ്വയം നിയന്ത്രിക്കുവാനായില്ല. അയാൾ പൊട്ടിച്ചിരിച്ചു. അയാൾക്ക് ചുറ്റുമിരുന്നവരും ചിരിക്കുവാൻ തുടങ്ങി. സഭയാകെ ചിരികൊണ്ട് ഇളകി മറിഞ്ഞു.

"ശബ്ദിക്കരുത്!" കൈ മേശപ്പുറത്തടിച്ചുകൊണ്ട് ഗ്രാമ മുഖ്യൻ അലറി.

"എന്റെ തീരുമാനത്തെ പരിഹസിച്ചു ചിരിക്കുവാൻ നിങ്ങൾക്കെങ്ങനെ ധൈര്യം വരുന്നു. ഇത് കോടതിയലക്ഷ്യമാണ്. അതിന് നിങ്ങൾ ശിക്ഷിക്കപ്പെടാതിരുന്നുകൂടാ. എല്ലാവരും ഓരോ പണം പിഴയടയ്ക്കണമെന്ന് ഞാൻ ഉത്തരവിടുന്നു. ഓരോരുത്തരായി വന്ന് പണം മേശപ്പുറത്ത് വയ്ക്കിൻ."

ഉടൻതന്നെ മേശപ്പുറത്ത് നാണയങ്ങളുടെ ഒരു കൂമ്പാരമായി.

മുഖ്യൻ കുട്ടിയെ വിളിച്ച് പണം അവന്റെ നേർക്ക് നീക്കി.

"ഇതെടുത്തോളൂ," അദ്ദേഹം പറഞ്ഞു. "നീ അനുഭവിച്ച വിഷമങ്ങൾക്ക് പരിഹാരമാണിത്."

ഷാൻ ഏറെ സന്തോഷിച്ചു. നഷ്ടപ്പെട്ടതിനേക്കാൾ കൂടുതൽ പണമാണ് അവന് നൽകപ്പെട്ടത്.

യാത്രയാക്കും മുമ്പ് ഗ്രാമീണർ ഷാന് ഒരു വിരുന്നുസൽക്കാരം നൽകി. കല്ലിനെ ചാട്ട കൊണ്ടടിക്കുന്നതുകാണാൻ അവർ അവനെ ഗ്രാമമൈതാനത്ത് കൊണ്ടുപോവുകയും ചെയ്തു. രണ്ട് മൂന്നടി വീണപ്പോൾ ഷാന് കല്ലിനോട് പാവം തോന്നി. കല്ലിനോട് ദയകാണിക്കാൻ ഷാൻ ഗ്രാമത്തലവനോടഭ്യർഥിച്ചു. മുഖ്യന്റെ മനസലിഞ്ഞു. ഒരു താക്കീതു നൽകി അദ്ദേഹം കല്ലിനെ വിട്ടയച്ചു.

**(മ്യാൻമാർ)**

# 6

# ഭാവനയിൽ ഒരു പറക്കൽ

**ഒ**രു ഭൂവുടമ തന്റെ വസ്തുവകകളൊക്കെ നോക്കി നടന്നു പോവുകയായിരുന്നു. അപ്പോഴാണ് അയാൾ തന്റെ ഒരു പാട്ടക്കാരനെ കണ്ടുമുട്ടിയത്. പൊരിച്ച കോഴിയും ഒരു കുപ്പി മുന്തിരി സത്തും ഒരു ചൂരൽക്കുടയിൽ വെച്ച് പാട്ടക്കാരൻ ഭൂവുടമയ്ക്ക് സമ്മാനിച്ചു.

തന്റെ ഒരു വേലക്കാരൻ പയ്യൻ അപ്പോൾ അതുവഴി പോകുന്നതു കണ്ടിട്ട് ഭൂവുടമ അവനെ വിളിച്ച് കൂട വീട്ടിലെത്തിക്കാൻ പറഞ്ഞു.

"വഴിയിൽ വെച്ച് അതു തുറക്കരുത്. ഒരു കുപ്പി വിഷവും ജീവനുള്ള ഒരു പക്ഷിയുമാണ് അതിനുള്ളിൽ. കൂട തുറന്നാൽ പക്ഷി പറന്നു പൊയ്ക്കളയും!" ഭൂവുടമ മുന്നറിയിപ്പു നൽകി.

ആർക്കും മഠയനാക്കുവാൻ പറ്റാത്തവനായിരുന്നു, പക്ഷേ, പയ്യൻ. യജമാനന്റെ കൺവെട്ടത്തു നിന്നും മറഞ്ഞപ്പോൾ അവൻ അടുത്തു കണ്ട ഒരു കുറ്റിക്കാട്ടിൽ പമ്മി ഇരുന്നു. എന്നിട്ട് കൂടതുറന്നു. പൊരിച്ച കോഴിയെ കണ്ടപ്പോൾ വായിൽ വെള്ളമൂറി.

വീട്ടിൽ മടങ്ങിയെത്തിയ ഭൂവുടമ, കുട്ടി കൂട കൊണ്ടുവന്നിട്ടില്ലെന്ന വിവരമാണ് കേട്ടത്. കോപാകുലനായ അയാൾ പയ്യനെ തിരക്കി ഇറങ്ങി. മരച്ചുവട്ടിൽ സുഖമായി കിടന്നുറങ്ങുന്ന പയ്യനെയാണ് അയാൾ കണ്ടത്. പയ്യനെ കാലുകൊണ്ട് തട്ടിയുണർത്തിയിട്ട് തന്റെ കൂടയ്ക്ക് എന്തു സംഭവിച്ചുവെന്ന് അയാൾ ആരാഞ്ഞു.

"ഞാ— ഞാനൊരു പോഴത്തം കാണിച്ചു," താൻ കഴിച്ച രുചികരമായ കോഴിയിറച്ചിയെക്കുറിച്ച് അൽപ്പമൊന്ന് ഓർത്തുകൊണ്ട് പയ്യൻ പറഞ്ഞു: "ഞാ— ഞാനാ കൂട തുറന്നു."

"തുറന്നു, അല്ലേ!" ഭൂവുടമ മുഖം കറുപ്പിച്ചു കൊണ്ട് പറഞ്ഞു. "ഇനി പറയാമ്പോണത് എനിക്കറിയാം. നീ അതു തിന്നുകയും ചെയ്തു. ഇല്ലേ?"

"തിന്നുവെന്നോ, മുതലാളീ!" കുട്ടി നിഷ്കളങ്കനായി ചോദിച്ചു. "കൂട തുറന്ന നിമിഷം തന്നെ അങ്ങുപറഞ്ഞ പക്ഷി പുറത്തുചാടി പറന്നു പൊയ്ക്കളഞ്ഞു."

എന്തു പറയണമെന്നറിയാതെ ഭൂവുടമ കുഴങ്ങി. അപ്പോഴാണയാൾ മുന്തിരി സത്തിന്റെ കാര്യം ഓർത്തത്.

"മുന്തിരി സത്തോ, അതും പറന്നുപോയോ?" ഭൂവുടമ വിജയഭാവ ത്തിൽ ചോദിച്ചു.

"ഇല്ല, മുതലാളി," കുട്ടി പറഞ്ഞു. "എനിക്കു പറ്റിയ അമളി എന്നെ ലജ്ജിപ്പിച്ചു. താങ്കളിൽ നിന്നും പ്രതികാരമുണ്ടാകുമെന്നോർത്ത് ജീവിതം അവസാനിപ്പിച്ചു കളയാൻ തന്നെ ഞാൻ തീരുമാനിച്ചു. കുപ്പിയിലെ വിഷം അവസാനത്തെ തുള്ളിയും ഞാൻ കുടിച്ചു. ഇപ്പോഴതിന്റെ ഫലം കാത്തിരിക്കുകയാണ്. വിടതരൂ മുതലാളീ."

പയ്യന്റെ നേർക്ക് കാല് വലിച്ചോങ്ങിയിട്ട് ഭൂവുടമ വീട്ടിലേക്ക് കാലി ടറി നടന്നു. ഒരു കൊച്ചുപയ്യൻ തന്നെ കടത്തിവെട്ടിയതിൽ, തനിക്കു പറ്റിയ അമളിയെ കുറിച്ചായിരുന്നു അപ്പോൾ അയാളുടെ ചിന്ത.

**(ഇറാൻ)**

# 7

# കടുവയുടെ മീശ

**കൊ**റിയയിലെ ലൂൺ മലകളിൽ വൃദ്ധനായ ഒരു സന്യാസി താമസിച്ചിരുന്നു. നിരവധിയാളുകൾ അദ്ദേഹത്തിന്റെ ഉപദേശം തേടി വന്നു. അറിവിന്റെ ഉറവിടവും മാന്ത്രിക കലകളിൽ നിപുണനുമായിരുന്നു അദ്ദേഹം. ഒരുദിവസം ഒരു സ്ത്രീ സന്യാസിയെ കാണുവാൻ വന്നു. ഭർത്താവിനെ വീണ്ടും തന്നോട് സ്നേഹമുള്ളവനാക്കിക്കൊടുക്കണമെന്നതാണ് അവളുടെ ആവശ്യം.

"യുദ്ധത്തിനു പോകുന്നതിനു മുമ്പ് വളരെ സ്നേഹമുള്ളവനും എന്റെ കാര്യങ്ങളൊക്കെ നോക്കുന്നയാളുമായിരുന്നു. എന്നാൽ മൂന്നു കൊല്ലം കഴിഞ്ഞപ്പോൾ മടങ്ങി വന്നിരിക്കുന്നത് തണുപ്പനും വിരക്തനുമായിട്ടാണ്," സ്ത്രീ വിശദീകരിച്ചു.

"യുദ്ധത്തിന്റെ ഫലം ഇതൊക്കെ തന്നെയാണ്," സന്യാസി പറഞ്ഞു.

"സ്നേഹമുണർത്തുവാൻ കഴിയുന്ന ഒരു മരുന്നുണ്ടാക്കുവാൻ താങ്കൾക്ക് കഴുയുമെന്നു പറയുന്നുണ്ടല്ലോ," സ്ത്രീ പറഞ്ഞു.

"ശരിയാണ്, അങ്ങനെയൊരു മരുന്നുണ്ടാക്കുവാൻ എനിക്കു കഴിയും. പക്ഷേ, അതുണ്ടാക്കാനുള്ള കൂട്ടുകളിൽ ഒരെണ്ണമിപ്പോൾ കൈയിലില്ല."

"കടുവയുടെ മീശിയിൽ നിന്നുള്ള ഒരു രോമമാണത്."

അദ്ദേഹത്തിന് വേണ്ടത് കൊണ്ടുവരുമെന്ന് വാക്കുപറഞ്ഞു കൊണ്ട് സ്ത്രീ പോയി. അടുത്ത ദിവസം തന്നെ അവർ ഒരു കടുവയെ തിരക്കി ചെന്നു. നദിയുടെ കരയിൽ ഒടുവിൽ ഒരെണ്ണത്തിനെ കണ്ടെത്തി. സ്ത്രീയെ കണ്ടപ്പോൾ കടുവ ഒന്നു മുരണ്ടു. അതോടെ അവൾ പിൻവാങ്ങി.

അടുത്തദിവസവും ആ സ്ഥലത്തേക്കു തന്നെ അവൾ മടങ്ങിച്ചെന്നു. വീണ്ടും കടുവ മുരണ്ടു. പിന്നെയും അവൾ മടങ്ങിപ്പോരുകയും ചെയ്തു. എന്നാൽ ആ സ്ഥലത്തു പോകുന്നതു സ്ത്രീ തുടർന്നു വന്നു. ഒടുവിൽ കടുവയ്ക്കു അവളുടെ സാന്നിധ്യം പരിചിതമാവുകയും അതു മുരൾച്ച നിറുത്തുകയും ചെയ്തു.

അവൾ അതിന് ആഹാരം കൊണ്ടുവന്നു തുടങ്ങി. നാളുകൾ ചെന്നതോടെ കടുവ സൗഹൃദപൂർവം പെരുമാറുകയും ഭക്ഷണം കഴിക്കുവാനായി അവളുടെ അടുത്തേക്കു വരികയും ചെയ്തു.

ഒരു ദിവസം പേടിയോടെ കൈനീട്ടി അവന്റെ തലയിൽ അവളൊന്ന് തലോടി.

കുറച്ചു ദിവസം കഴിഞ്ഞ് അവന്റെ മുഖത്തിന്റെ വശങ്ങളിലൂടെ കൈവിരലുകളോടിച്ചു.

അങ്ങനെ ഒരുദിവസം അവൾ അവന്റെ മീശരോമങ്ങളിലൊന്ന് അതിസമർഥമായി പറിച്ചെടുക്കുകയും ചെയ്തു.

കടുവയുടെ മീശയും കൊണ്ട് അവൾ സന്യാസിയുടെ പാർപ്പിടത്തിലേക്കോടി.

"എനിക്കു കിട്ടി!" വിജയഭാവത്തിൽ അവൾ വിളിച്ചു പറഞ്ഞു.

"കൊള്ളാം." സന്യാസി പറഞ്ഞു.

മീശരോമം എടുത്തുകൊണ്ട് പോയി സന്യാസി അടുപ്പിലെ തീയിലിടുകയാണ് ചെയ്തത്.

"ങേ— എന്ത്, എന്താണ് നിങ്ങൾ ചെയ്തത്!" സ്ത്രീ അമ്പരന്നുകൊണ്ട് ചോദിച്ചു. "അത്ഭുതശക്തിയുള്ള ഒരു മരുന്നുണ്ടാക്കിത്തരുമെന്നല്ലേ പറഞ്ഞത്."

"നിനക്കതിന്റെ ആവശ്യമില്ല," സന്യാസി പറഞ്ഞു. "കടുവയുടെ സ്നേഹം നീ എങ്ങനെയാണ് നേടിയതെന്ന് പറയൂ. മൃദുവായ പെരുമാറ്റത്തിലൂടെയും അങ്ങേയറ്റത്തെ ക്ഷമയിലൂടെയും. അങ്ങനെയെങ്കിൽ ഒരു മനുഷ്യന്റെ പ്രതികരണം രക്തദാഹിയായ ഒരു കാട്ടുമൃഗത്തിന്റേതിനേക്കാൾ മോശമായിരിക്കുമോ? കടുവയുടെ സ്നേഹം നേടിയെടുത്തതുപോലെ പോയി ഭർത്താവിന്റെ സ്നേഹവും നേടിയെടുക്കൂ."

വീട്ടിലേക്കു മടങ്ങുമ്പോൾ സന്യാസി പറഞ്ഞതിനെക്കുറിച്ച് മനസിൽ പലവട്ടം അവൾ ആലോചിച്ചു. ഭർത്താവിനെ കണ്ടപ്പോൾ പിന്തിരിയാനാണ് ആദ്യം തോന്നിയത്. കടുവയെ ഓർമിക്കുകയും സന്യാസിയുടെ വാക്കുകൾ മനസിൽ തെളിയുകയും ചെയ്തപ്പോൾ അവൾ സ്വയം തടഞ്ഞു. എന്നിട്ട് മുന്നോട്ട് നടന്നു. മുഖത്തു പുഞ്ചിരിയുമായി.

**(കൊറിയ)**

# 8

# രുചിക്കുന്ന സത്യം

**ദാ**രിദ്ര്യത്തിന്റെ ദേവതയാണല്ലോ ചേട്ട (ജ്യേഷ്ഠ) ഭഗവതി. ലക്ഷ്മിയാകട്ടെ സമ്പത്തിന്റെയും ഐശ്വര്യത്തിന്റെയും. രണ്ടുപേർക്കുമിടയിൽ ഒരിക്കൽ ഒരു തർക്കമുണ്ടായി: ആരാണ് കൂടുതൽ സുന്ദരി!

അങ്ങനെ തർക്കിച്ചുകൊണ്ടിരുന്നപ്പോൾ ഒരു വ്യാപാരി തങ്ങളുടെ അടുത്തേക്ക് വരുന്നത് അവർ കണ്ടു. പ്രശ്നത്തിന് പരിഹാരം കാണുവാൻ അദ്ദേഹത്തോട് അഭ്യർഥിക്കണമെന്ന് അവർ തീരുമാനിച്ചു.

തങ്ങൾ ആരൊക്കെയാണെന്ന് ദേവതകൾ അറിയിച്ചപ്പോൾ തന്നെ വ്യാപാരി അത്ഭുതസ്തബ്ധനായി. താൻ എന്താണ് ചെയ്യേണ്ടതെന്നു കൂടി പറഞ്ഞപ്പോൾ അയാൾ ആകെ വിളറി വെളുത്തു.

രണ്ടുപേരിൽ ഏറ്റവും സുന്ദരി ലക്ഷ്മിയാണെന്ന് അയാൾക്ക് വളരെ വ്യക്തം. പക്ഷേ, അക്കാര്യം ചേട്ട ഭഗവതിയോടു എങ്ങനെ പറയും? കോപിഷ്ഠയായിട്ട് അവൾ തന്നെ ദരിദ്രനാക്കിയാലോ!

എന്നാൽ, അയാൾ ബുദ്ധിമാനായിരുന്നു. പെട്ടെന്നുദിച്ച ബുദ്ധിയിൽ അയാൾ പറഞ്ഞു: "വാനലോകത്തും ഭൂമിയിലുമുള്ള ഏതൊരു സ്ത്രീയേക്കാളും, വീട്ടിലേക്കു കയറിവരുമ്പോൾ ലക്ഷ്മീദേവി തന്നെ സുന്ദരി. എന്നാൽ വീട് വിട്ടിറങ്ങിപ്പോകുമ്പോഴുള്ള, അവിടുത്തെ സൗന്ദര്യവും തേജസും വർണിക്കുവാൻ വാക്കുകൾക്കാവില്ല അല്ലയോ ചേട്ട ഭഗവതി; അപ്പോൾ സൗന്ദര്യത്തിൽ ചേട്ട ഭഗവതിയെ കടത്തിവെട്ടാൻ ആർക്കും കഴിയില്ല."

ആ വിധിന്യായം രണ്ട്പേരെയും സന്തോഷിപ്പിച്ചു. രണ്ടുപേരും കരുതി താനാണ് വിജയിച്ചതെന്ന്! എന്നാൽ യഥാർഥ വിജയി ആ വ്യാപാരിയായിരുന്നു. ലക്ഷ്മിയുടെ ശക്തയായ എതിരാളിയുടെ അപ്രീതി സമ്പാദിക്കാതെ തന്നെ ഐശ്വര്യദേവതയുടെ അനുഗ്രഹം നേടാൻ അയാൾക്കു കഴിഞ്ഞു.

**(ആന്ധ്രാപ്രദേശ്)**

# 9

# വാലില്ലാത്ത ജന്തു

**ആ**ഫ്രിക്കൻ നാടുകളിൽ കാണുന്ന വാലില്ലാത്ത ഒരു ജീവിയാണ് ഡാസി. ഒരു വലിയ മുയലിന്റെ വലുപ്പമുണ്ടിതിന്. ഡാസിക്കു വാലില്ലാതായതെങ്ങനെ? അതേപ്പറ്റി ഒരു കഥയുണ്ട്.

പണ്ട് വാലുള്ള ഒരേയൊരു ജീവി സിംഹമായിരുന്നു. എല്ലാ ജന്തുക്കൾക്കും തന്നെപ്പോലെ വാലുണ്ടാകണമെന്ന് ഒരുദിനം അവൻ തീരുമാനിച്ചു. അതനുസരിച്ച് തന്റെ രാജധാനിയിലുള്ള എല്ലാ മൃഗങ്ങൾക്കും വാലുകളുണ്ടാക്കിച്ചു അവൻ.

വാലുകൾ എല്ലാം തയാറായിക്കഴിഞ്ഞപ്പോൾ തന്റെ പ്രജകളെ സിംഹം ഗുഹാകൊട്ടാരത്തിലേക്കു വിളിച്ചു വരുത്തി. അനുബന്ധങ്ങളെടുത്ത് ഓരോരോന്നോരോന്നായി അവർക്കു കൊടുക്കാമല്ലോ എന്നാണവൻ കരുതിയത്.

ഡാസി ഒഴികെയുള്ള എല്ലാ ജീവികളും അവിടെ ചെന്നു. വാലുമേടിക്കാൻ പോകാൻ വയ്യാത്തവിധം മടിയനായിപ്പോയി ഡാസി. വാലുവാങ്ങിക്കുവാനായി പോവുകയായിരുന്ന ഒരു കുരങ്ങനോട് തന്റെ വാലുകൂടി വാങ്ങിക്കൊണ്ടുവരാൻ ഡാസി പറഞ്ഞു.

രോമങ്ങൾ നിറഞ്ഞ ഒരു കൊച്ചുവാലായിരുന്നു സിംഹം ഡാസിക്കുവേണ്ടി തെരഞ്ഞെടുത്തുവെച്ചിരുന്നത്. ഡാസിക്കു വരാൻ കഴിയില്ലെന്നും വാല് വാങ്ങിക്കൊണ്ട് ചെല്ലുവാൻ തന്നോട് പറഞ്ഞിരിക്കയാണെന്നും കുരങ്ങൻ വിശദീകരിച്ചു. സിംഹം വാല് കുരങ്ങനെ ഏൽപ്പിച്ചു.

കുരങ്ങന് നല്ലൊരു നീളൻ വാലാണ് സിംഹം കൊടുത്തിരുന്നത്. വാലിന്റെ അറ്റത്ത് രോമാവൃതമായ ഒരു ഭാഗം കൂടി ഉണ്ടായിരുന്നെങ്കിൽ നന്നായേനെ എന്ന് വഴിക്കുവെച്ച് അതിനു തോന്നി. അങ്ങനെ കുരങ്ങൻ ഡാസിയുടെ വാലെടുത്ത് തന്റെ വാലിന്റെ അറ്റത്ത് വെച്ച് പിടിപ്പിക്കു

കയും ചെയ്തു. തനിക്കുള്ള വാല് കുരങ്ങൻ തന്നെ കൈവശപ്പെടുത്തിയെന്ന് അറിഞ്ഞപ്പോൾ ഡാസിക്ക് നിരാശയായി. കുരങ്ങനെ അന്വേഷിച്ച് ചെന്ന് കണ്ടുപിടിച്ച് വാല് തിരികെ മേടിക്കുവാൻ വയ്യാത്തത്ര മടിയനായിപ്പോയി ഡാസി. അതുകൊണ്ടാണ് ഡാസി ഇന്നും വാലില്ലാത്തവനായി കഴിഞ്ഞുകൂടുന്നത്.

**(ആഫ്രിക്ക)**

# 10

## കുടുംബ ദൗർഭാഗ്യങ്ങൾ

**കു**ഴച്ചമാവ്കുടുംബം വിചിത്രമായ ഒന്നുതന്നെയായിരുന്നു. പേര് സൂചിപ്പിക്കും പോലെ കുടുംബത്തലവൻ കുഴച്ച മാവ് ഉരുട്ടിയെടുത്ത ഒരു പശ തന്നെ. അദ്ദേഹത്തിന്റെ ഭാര്യയാകട്ടെ വെണ്ണഫലകവും. അവർക്ക് രണ്ട് മക്കളാണുണ്ടായിരുന്നത്. ഉറുമ്പും പഞ്ഞിയും.

ഒരു ദിവസം വെണ്ണയമ്മ തന്റെ മകനായ ഉറുമ്പിനോട് മെപ്ചെ മരത്തിൽനിന്നും കുറച്ച് കറ എടുത്തു കൊണ്ടുവരാൻ പറഞ്ഞു. മരക്കറ തീയെരിക്കാൻ കൊള്ളാവുന്ന നല്ല ഇന്ധനമായിരുന്നു.

പുത്തനായി ഊറിവന്ന മരക്കറയുടെ അടുത്തെങ്ങാനും പോയേക്കരുത്, അമ്മ മുന്നറിയിപ്പ് നൽകി. "നീയതിൽ ഒട്ടിപ്പോയേക്കും. ഉണങ്ങിയ ഒരു ചെറിയ കഷ്ണം കൊണ്ടുവന്നാൽ മതി."

"ഞാനിപ്പോഴും ഒരു കുഞ്ഞാണെന്നാണ് അമ്മയുടെ വിചാരം," തുള്ളിച്ചാടി മരത്തിൽ കയറുമ്പോൾ ഉറുമ്പ് ചിന്തിച്ചു. ഞാൻ എത്ര ശക്തനായിരിക്കുന്നുവെന്ന് അവർക്കറിയില്ല. ഒരു പോടിൽ നിന്നും കുമിളൻ മരക്കറ പൊങ്ങിയിറങ്ങി വരുന്നത് അവൻ കണ്ടു. അതെടുക്കാൻ മുന്നോട്ടാഞ്ഞു. അതോടെ അവൻ അതിലൊട്ടിപ്പോയി.

അവൻ മടങ്ങി വന്നിട്ടില്ലെന്ന് കണ്ടപ്പോൾ കുഴച്ചമാവച്ഛൻ അവനെ തിരക്കി പുറപ്പെട്ടു.

"റോഡിന്റെ വളരെ അരികിലേക്കൊന്നും പോയേക്കരുത്," അദ്ദേഹത്തിന്റെ ഭാര്യ പറഞ്ഞു. "നിങ്ങൾ വഴുതി വീണ് താഴേയ്ക്കുരുണ്ട് പോയേക്കാം."

'അവൾക്കെന്തറിയാം?' വീട്ടിൽനിന്നും ഉരുണ്ടുരുണ്ട് പുറത്തേക്കിറങ്ങുമ്പോൾ അവൻ ചിന്തിച്ചു. 'അവളുടെ വാക്കുകേട്ടിട്ട് ഞാൻ റോഡിന്റെ

മധ്യത്തിലൂടെ പോവുകയാണെങ്കിൽ കടന്നുപോവുന്ന വണ്ടികൾ എന്നെ തട്ടിപ്പരത്തിയിടുകില്ലേ? അരികിലാണ് എനിക്ക് കൂടുതൽ സുരക്ഷിതത്വം.'

അയാൾ റോഡരുകിലേക്കു കുതിച്ചു. സമനില തെറ്റി റോഡരുകിലെ കുന്നിറക്കത്തിലൂടെ അതാ അയാൾ ഉരുണ്ടുരുണ്ട് താഴേക്ക്.

ഭർത്താവ് മടങ്ങി വരാതിരുന്നപ്പോൾ ശ്രീമതി കുഴച്ചമാവ് തന്റെ മകളായ പഞ്ഞിയോട് അദ്ദേഹത്തെ തിരഞ്ഞു പോകുവാൻ ആവശ്യപ്പെട്ടു.

"തുറസ്സായ സ്ഥലത്തൂടെ നടക്കാതിരിക്കാൻ ശ്രദ്ധിക്കണം, എന്റെ കുട്ടീ....." പഞ്ഞി പുറപ്പെടാൻ തയാറാകുമ്പോൾ അമ്മമാവ് മുന്നറിയിപ്പ് നൽകി. "നീ കാറ്റിൽ പറന്നുപോയേക്കും."

ആവശ്യമില്ലാത്ത ചിന്തകളിൽപ്പെട്ടിരിക്കുകയാണ് തന്റെ അമ്മയെന്ന് പഞ്ഞി വിചാരിച്ചു. അവൾ തെരുവിലൂടെ നടന്നു. അമ്മയുടെ ഉപദേശം അവഗണിച്ചുകൊണ്ട് ഒരു പുൽത്തകിടിക്ക് കുറുകെ നടന്ന് പോകുവാൻ അവളുറച്ചു. കുറുക്കുവഴിയിലൂടെ എളുപ്പം പോവുകയായിരുന്നു ഉന്നം. അവൾ പകുതി ദൂരം തന്നെ പോയില്ല. അപ്പോഴേക്കും അവിടെ കുതിച്ചെത്തിയ കുസൃതിക്കാറ്റ് അവളെയുമെടുത്ത് അകലെ മലകളിലേക്കു പറന്നു പോയി.

കുടുംബം മുഴുവനും തിരിച്ചുവരുന്നതും കാത്ത് വെണ്ണയമ്മയിരുന്നു. പകലിന് ചൂട് കൂടിക്കൂടി വന്നു. വെണ്ണയമ്മ ഉരുകുവാൻ തുടങ്ങി. അവൾ ചെറുതായി ചെറുതായി അവസാനം വെണ്ണയമ്മയെന്നത് ഒരിത്തിരി ദ്രാവകം മാത്രമായിത്തീർന്നു.

കുഴച്ചമാവ്കുടുംബത്തിന്റെ കഥ അങ്ങനെയവസാനിക്കുകയാണ്. നല്ല ഉപദേശം കേൾക്കാതിരുന്നതിനാലാണ് അവർ തകർന്നടിഞ്ഞത്.

**(ഭൂട്ടാൻ)**

# 11

## കർഷകന്റെ സൂത്രം

സൗരാഷ്ട്രയിലെ ഒരു ജന്മി തന്റെ ഭൂമി ഒരു കർഷകന് കൈമാറി. കൃഷിയിൽ നിന്നും അയാൾ സമ്പാദിക്കുന്നതിന്റെ നേർ പകുതി തനിക്കു നൽകണമെന്നതായിരുന്നു ധാരണ.

ധാന്യം വിളയിച്ച് കർഷകൻ അഭിവൃദ്ധി നേടി. താൻ പ്രതീക്ഷിച്ചതിൽ കവിഞ്ഞ നേട്ടം കൈവരിക്കുന്നതുകണ്ട് ഖേദിച്ചിട്ട് ഭൂമി കർഷകനിൽ നിന്നും തിരിച്ച് മേടിക്കുവാൻ ജന്മി തീരുമാനിച്ചു. സ്വയം കൃഷി ചെയ്യുകയായിരുന്നു അയാളുടെ ഉന്നം. അങ്ങനെ ഒരുദിവസം ജന്മി കർഷകന്റെയടുക്കൽ ചെന്ന് ഭൂമി കഴിയുന്നത്ര വേഗം വിട്ടുതരാൻ ആവശ്യപ്പെട്ടു.

"ഞാനതിൽ ഒരുപാട് അധ്വാനിച്ചിട്ടുണ്ട്," കർഷകൻ പറഞ്ഞു: "അതുകൊണ്ട് ഭൂമി വിട്ടുതരാൻ ആവശ്യപ്പെടുന്നത് ഭംഗിയാണോ? ഏതായാലും ഞാനൊന്നു പറയട്ടെ...."

"എന്താണത്?" ജന്മി സംശയത്തോടെ ചോദിച്ചു.

"നാളെ സാക്ഷികളുടെ സാന്നിധ്യത്തിൽ നമുക്ക് ഊഴംവെച്ച് ഭൂമിയെ വിളിക്കാം. ആർക്കാണോ അത് മറുപടി നൽകുന്നത് അയാളുടേതായിരിക്കും ഭൂമി."

"ഭൂമിക്ക് എങ്ങനെ മറുപടി നൽകാൻ കഴിയും," സ്വൈരം കെട്ട ജന്മി ചോദിച്ചു. "നമുക്ക് രണ്ടാൾക്കും അതു മറുപടി തരില്ല."

"എനിക്ക് അതു മറുപടി നൽകുന്നില്ലെങ്കിൽ ഞാൻ ഭൂമിയെ ഉപേക്ഷിക്കും," കർഷകൻ പറഞ്ഞു.

ജന്മി സമ്മതിച്ചു.

അടുത്ത ദിവസം ഗ്രാമത്തിലെ കാരണവന്മാരെ വിളിച്ചു നിർത്തി മണ്ണിന്റെ ഓരത്തു നിന്നുകൊണ്ട് ജന്മി ജാള്യതയോടെ ഭൂമിയെ വിളിച്ചു.

പ്രതീക്ഷിച്ചിരുന്നതുപോലെ തന്നെ മറുപടിയൊന്നും ഉണ്ടായില്ല.

അടുത്തത് കർഷകന്റെ ഊഴമായിരുന്നു. അയാൾ തന്റെ മകളെ ഒരു കുഴിയിൽ ഒളിപ്പിച്ചുവച്ചിട്ടുണ്ടായിരുന്നു, മണ്ണിനെ നോക്കി വിളിക്കുമ്പോൾ മറുപടി തരണമെന്ന നിർദേശത്തോടെ. അങ്ങനെ അയാൾ വിളിച്ചപ്പോൾ പെൺകുട്ടി പ്രതികരിച്ചു.

"ഹു ൂ ൂ ആ ആ ആ!"

ജന്മിയും സാക്ഷികളും ഞെട്ടിപ്പോയി. ശുദ്ധാത്മാക്കളായിരുന്നതിനാൽ, കർഷകൻ എന്തെങ്കിലും സൂത്രം പ്രയോഗിച്ചിട്ടുണ്ടാകുമെന്ന് അവർ കരുതിയതുമില്ല.

നിരാശനായി അന്ധാളിച്ച് ജന്മി നടന്നകന്നു. ഭൂമിയുടെ ഉടമസ്ഥത കർഷകന് തന്നെ വിട്ടുകൊടുത്തുകൊണ്ടാണ് അയാൾ പോയത്.

എല്ലാരും പൊയ്ക്കഴിഞ്ഞപ്പോൾ കർഷകൻ മകളെ ഒളിപ്പിച്ചു വെച്ചിരുന്ന കുഴിയുടെ അടുത്തേയ്ക്കോടിയെത്തി അതു തുറന്നു. എന്നാൽ പെൺകുഞ്ഞിനെ എടുത്തുയർത്താൻ മുന്നോട്ടാഞ്ഞ അയാൾ ഒരു മുള്ളൻപന്നി പുറത്തേയ്ക്കു വരുന്നതാണ് കണ്ടത്.

"ഞാനാണ് നിങ്ങളുടെ മകൾ. അച്ഛാ......." സങ്കടത്തോടെ മുള്ളൻപന്നി പറഞ്ഞു. "ഞാൻ ചെയ്തത് ഇഷ്ടപ്പെടാഞ്ഞിട്ട് ഭൂമീദേവി എന്നെ ഒരു മൃഗമാക്കിക്കളഞ്ഞു."

കൃഷിക്കാരൻ ഗ്രാമീണരോട് സത്യം തുറന്നുപറഞ്ഞു. അവരെല്ലാവരും ഒരേ കുലത്തിൽപ്പെട്ടവരാകയാൽ ആരും രഹസ്യം പുറത്തുവിട്ടില്ല. എന്നാൽ അന്നുമുതൽക്ക് സൗരാഷ്ട്രയുടെ ആ ഭാഗത്ത് മുള്ളൻപന്നികൾക്ക് യഥേഷ്ടം സഞ്ചരിക്കാമെന്നായി. ആരും അവയെ ഉപദ്രവിക്കില്ല. അവിടത്തെ നിലങ്ങളിൽ മുള്ളൻപന്നികൾ ഒട്ടും കൂസാതെ ഇന്നും സ്വൈരവിഹാരം നടത്തുകയാണ്.

**(ഗുജറാത്ത്)**

# 12

## പന്നിയും അഴുക്കും

**അ**ന്നേദിവസം കടുവയ്ക്ക് നല്ല ദിവസമായിരുന്നു. നല്ല വേട്ട. മതിയാവോളം തിന്ന് വയർ നിറച്ചു. വെള്ളം കുടിക്കാനായി അവൻ തടാകത്തിലേയ്ക്ക് നടന്നു.

തടാകത്തിൽ നിന്നും അപ്പോൾ ഒരു കൊച്ചുപന്നി വെള്ളം കുടിക്കുകയായിരുന്നു. കടുവ അടുത്തുവരുന്നതു കണ്ടപ്പോൾ പന്നി പേടിച്ച് മരവിച്ച് പോയി. പന്നിയെ കാര്യമാക്കാതെ കടുവ വെള്ളം കുടിക്കാനായി കുനിഞ്ഞു. വെള്ളത്തിന് വല്ലാത്ത ദുർഗന്ധം. കടുവ നാറ്റം കൊണ്ട് പുളഞ്ഞുപോയി.

അവൻ മറ്റൊരു തടാകത്തിലേക്ക് പോകുവാൻ തീരുമാനിച്ചു. കടുവയുടെ പെരുമാറ്റം കണ്ട് പന്നി പകച്ചു പോയി. തന്നെ ഭയന്നിട്ടാണ് അവൻ വെള്ളം കുടിക്കാതെ പോകുന്നതെന്ന് പന്നി കരുതി.

ഒരാനയുടെ ശക്തി തനിക്കുണ്ടെന്ന് തോന്നിയിട്ട് പന്നി ഉടനെ കടുവയുടെ പുറകെ ചെന്നു. അവനെ പോരിന് വിളിച്ചു.

"ഇന്നു വയ്യ," തിരിഞ്ഞു നോക്കിക്കൊണ്ട് കടുവ പറഞ്ഞു, "നാളെ ഇവടെ വരൂ. നമുക്ക് അടിക്കാം."

തന്നോടുള്ള ഭയം കാരണമാണ് കടുവ പോരിന് വരാത്തതെന്ന് വിചാരിച്ചപ്പോൾ പന്നിയുടെ ആവേശം കൂടി.

വീട്ടിലേക്കോടിച്ചെന്ന് പന്നി വീമ്പിളക്കുവാൻ തുടങ്ങി. "കടുവയ്ക്ക് പകരം താനായിരിക്കും നാളെ കാട്ടിലെ രാജാവ്."

പന്നി കടുവയെ വെല്ലുവിളിച്ച വിവരം കേട്ടപ്പോൾ അവന്റെ കുടുംബാംഗങ്ങളും സുഹൃത്തുക്കളും ഭയന്നു വിറച്ചു. തടാകത്തിൽ നിന്നും കടുവ അകന്നു പോയതെന്തുകൊണ്ടെന്ന് അവർ ഊഹിച്ചു. മണ്ടത്തരം കാണിച്ചതിന് അവർ പന്നിയെ ഒരുപാട് ശാസിക്കുകയും ചെയ്തു.

തനിക്ക് വലിയ തെറ്റുപറ്റിയെന്ന് തിരിച്ചറിഞ്ഞ പന്നി പേടിച്ചു വിറച്ചു. പന്നിയുടെ വിഷമം കണ്ടിട്ട് അവനെ രക്ഷിക്കാൻ അവന്റെ മുതുമുത്തച്ഛൻ ഒരു പദ്ധതിയിട്ടു.

“കടുവയെ കാണാമെന്നേറ്റത് പാലിക്കണം,” അയാൾ ചെറുമകനെ ഉപദേശിച്ചു. “ഇല്ലെങ്കിൽ അവനിവിടെ നിന്നെ തിരഞ്ഞുവന്ന് നമ്മെയെല്ലാം കശാപ്പു ചെയ്യും. പക്ഷേ, അഴുക്കിൽ കിടന്നുരുണ്ട് നാറ്റം വമിക്കുന്നവനായിട്ടുവേണം നീ കടുവയെ കാണുവാൻ, അതു മറക്കരുത്.”

അടിയുടെ ദിവസമെത്തി. ചെളിയിലും ആനപ്പിണ്ടത്തിലും എന്നല്ല കണ്ണിൽക്കണ്ട എല്ലാ അഴുക്കിലും പന്നി കിടന്നുരുണ്ടു. എന്നിട്ടവൻ കടുവയോട് കൂട്ടിമുട്ടാൻ പോയി.

കടുവ അക്ഷമയോടെ അവനെ കാത്തിരിക്കുകയായിരുന്നു. എന്നാൽ പന്നി അടുത്തെത്തിയപ്പോൾ അവൻ വെറുപ്പോടെ പിന്നോക്കം പോയി.

“നീ എന്താണിച്ചെയ്തിരിക്കുന്നത്? കടുവ മുരണ്ടു. “നീ.....നീ.....വല്ലാതെ നാറുന്നു. ഛീ!”

നല്ല പന്നിമാംസം തിന്നാമെന്ന ആഗ്രഹത്തിലായിരുന്നു കടുവ വന്നത്. എന്നാലിപ്പോൾ മനംപുരണ്ടിട്ട് അവന്റെ വിശപ്പ് പമ്പകടന്നു.

“ഞാൻ പൊരുതാനാണ് വന്നത്.” പോഴത്തം പറഞ്ഞുകൊണ്ട് പന്നി മുന്നോട്ടാഞ്ഞു.

“ദൂരെപ്പോകൂ!” കടുവ അലറി “പോ!”

പന്നി പിന്തിരിഞ്ഞോടി.

അഴുക്ക് പുരണ്ടിരിക്കുന്നതാണ് തങ്ങൾക്ക് നല്ലതെന്ന് പന്നിയും കുടുംബാംഗങ്ങളും സുഹൃത്തുക്കളും തിരിച്ചറിഞ്ഞു. അങ്ങനെയവർ പുറത്തെവിടേക്കെങ്കിലും ഇറങ്ങുന്നതിന് മുമ്പായി ചെളിയിൽ കിടന്നുരുളുന്നത് ശീലമാക്കി. ഇന്നും അവർ അതുതന്നെ ചെയ്തുകൊണ്ടിരിക്കുന്നു.

**(മേഘാലയ)**

# 13

# പിശുക്കൻ, മഹാപിശുക്കൻ

**ചൈ**നയിലെ ഏറ്റവും വലിയ പിശുക്കൻ മരിക്കാൻ കിടക്കുകയാണ്. തന്റെ ധനം കാത്തുസൂക്ഷിക്കുവാൻ കഴിയുന്ന ഒരാളെ ഭണ്ഡാരത്തിന്റെ താക്കോലുകൾ ഏൽപ്പിച്ചു കൊടുക്കാൻ അദ്ദേഹത്തിന് ആഗ്രഹം. തന്റെ മൂന്ന് പുത്രന്മാരിൽ ആരെയെങ്കിലും അതിനായി തെരഞ്ഞെടുക്കണം. അവരെ അയാൾ കിടക്കയുടെ അരികിലേക്കു വിളിച്ചു.

ഏറ്റവും മൂത്തവന്റെ നേർക്ക് തിരിഞ്ഞുകൊണ്ട് അയാൾ ചോദിച്ചു, "ഞാൻ മരിച്ചാൽ എന്റെ ശവസംസ്കാരം നീ ഏതു വിധത്തിലാവും നടത്തുകയെന്ന് പറയൂ."

"ഗംഭീരമായ ശവസംസ്കാരമായിരിക്കുമത്, അച്ഛാ," മകൻ ഗൗരവത്തോടെ പറഞ്ഞു. "വെള്ളികൊണ്ടുള്ള ശവപ്പെട്ടി തീർപ്പിച്ച് സ്വർണനൂൽകൊണ്ട് ചിത്രപ്പണിചെയ്ത തുണിയിൽ പൊതിഞ്ഞായിരിക്കും ഞാൻ അങ്ങയെ അടക്കുക. പിന്നീട്, അച്ഛനോടുള്ള ആദരസൂചകമായി മൂന്ന് ദിവസം പാവങ്ങൾക്ക് ഭക്ഷണം നൽകും."

"നീയൊരു മണ്ടനാ," അയാളുടെ അച്ഛൻ പരുക്കനായി പറഞ്ഞു. "രജതപേടകം! സുവർണ കംബളം! മൂന്ന് ദിവസം പാവങ്ങൾക്ക് ഭക്ഷണവും കൊടുക്കുമത്രെ! ഹൊ! എന്റെ നാശം! എന്തൊരു ധാരാളിയെയാണ് ഞാൻ വളർത്തിയതെന്ന് നോക്കൂ!"

തന്റെ ശവസംസ്കാരത്തിന് അധികം പണം ചെലവിടരുതെന്നാണ് അച്ഛന്റെ ആഗ്രഹമെന്ന് രണ്ടാമത്തെ മകൻ മനസിലാക്കി. അതുകൊണ്ട് അയാൾ പറഞ്ഞു, "അതിരുകടക്കുന്ന ആശയങ്ങളാണ് ജ്യേഷ്ഠനുള്ളത്. ചെലവു കുറഞ്ഞ ലളിതമായ ഒരു ശവസംസ്കാരമാണ് അങ്ങേക്കുണ്ടാവേണ്ടത്. ബുദ്ധ–താവോ പുരോഹിതന്മാർ താങ്കളുടെ ശവസംസ്കാര

ത്തിൽ പങ്കെടുത്തുകൊണ്ട് പ്രാർഥിക്കും. അത് അവിടെ അവസാനിക്കും. പാവങ്ങളെ തീറ്റുകയോ അതുപോലുള്ള മറ്റൊന്നുമോ ഉണ്ടാവുകയില്ല."

"ബുദ്ധ-താവോ പുരോഹിതന്മാർ!" അയാളുടെ അച്ഛൻ ആയാസപ്പെട്ടു പറഞ്ഞു. "ഹൊ, തിരുമണ്ടാ ആ പുരോഹിതന്മാർ എന്തുമാത്രം തിന്നുമെന്ന് നിനക്കറിയാമോ? പോരെങ്കിൽ, അവസാനം, സ്വർണം പ്രതിഫലമായി നൽകുകയും വേണം, ജ്യേഷ്ഠന്റെ അത്രതന്നെ ഗുണമില്ലാത്തവനാണ് താനും. മാറിനിൽക്കൂ, നിങ്ങളുടെ അനുജന് പറയാനുള്ളതെന്തെന്ന് കേൾക്കട്ടെ."

അച്ഛന്റെ പിശുക്ക് അങ്ങേയറ്റം വെറുത്തിരുന്നയാളായിരുന്നു ഇളയമകൻ. ഇപ്പോഴത്തെ അച്ഛന്റെ പെരുമാറ്റം അയാളെ മടുപ്പിക്കുകയും ചെയ്തിരുന്നു. അയാൾ പറഞ്ഞു: "അങ്ങയുടെ ശവസംസ്കാരത്തിന് ഞാൻ ഒരു പൈസ പോലും ചെലവാക്കില്ല, അച്ഛാ, സത്യം പറയട്ടെ താങ്കൾ മരിക്കുമ്പോൾ ഞാൻ പണമുണ്ടാക്കുകയാവും ചെയ്യുക."

"അതെങ്ങനെയാണ് മോനെ?" തെളിഞ്ഞ കണ്ണുകളോടെ ആ പിശുക്കൻ ചോദിച്ചു.

“താങ്കൾ മരിച്ചയുടനെ ശരീരം ഒരു വണ്ടിയിലെടുത്തിട്ട് വടക്കൻ പ്രവിശ്യകളിലുള്ള മെഡിക്കൽ സ്കൂളുകളിലേക്ക് ഞാൻ കൊണ്ടുപോകും. ഏറ്റവും കൂടുതൽ വില പറയുന്നവർക്ക് ഞാൻ അതു വിൽക്കും.”

“അച്ഛന്റെ യഥാർഥ മകനാണ് നീ!” മകനെ അഭിനന്ദിച്ചുകൊണ്ട് പിശുക്കൻ പറഞ്ഞു. “നീ ആയിരിക്കും എന്റെ അവകാശി.” എന്നിട്ടയാൾ ഭണ്ഡാരത്തിന്റെ താക്കോലുകൾക്കായി തലയണയുടെ അടിയിൽ തിരയാൻ തുടങ്ങി.

“അച്ഛാ!” മൂത്തമകൻ പറഞ്ഞു, “അവൻ പറഞ്ഞതു ശ്രദ്ധിച്ചോ? വടക്കൻ പ്രവിശ്യയിൽ ഏറ്റവും കൂടുതൽ വില പറയുന്നവർക്ക് ശരീരം വിൽക്കുമെന്നാണ് അവൻ പറഞ്ഞത്.”

“അങ്ങനെ ചെയ്യാൻ പാടില്ലെന്ന് ഞാൻ പറയുന്നു,” പിശുക്കൻ പറഞ്ഞു. ഇളയമകനെ അയാൾ തറപ്പിച്ച് നോക്കുകയും ചെയ്തു. “വടക്കുള്ളവർക്ക് എല്ലാം കടമായിട്ടു വേണം. അതുകൊണ്ട് എന്നെ തെക്കൻ പ്രവിശ്യകളിലേക്ക് കൊണ്ടുപോകണം.”

**(ചൈന)**

# 14

## കടക്കെണി

**ഒ**രു കർഷകൻ ഒരു ജന്മിക്ക് കടക്കാരനായി. പണം തരണമെന്ന് പറഞ്ഞ് ജന്മി കർഷകനെ ശല്യം ചെയ്യാൻ തുടങ്ങി. ഒരു ദിവസം അവർ അതേക്കുറിച്ച് ചൂടുപിടിച്ച തർക്കമായി. അപ്പോൾ താൻ ഒരിക്കലും പണം മടക്കി നൽക്കുകയില്ലെന്ന് കർഷകൻ ഒരു പ്രഖ്യാപനം നടത്തി. കർഷകൻ മരിക്കാനിടവന്നാൽ അയാളുടെ പ്രേതത്തിൽ നിന്നാണെങ്കിലും പണം മടക്കിവാങ്ങിക്കുമെന്ന് ജന്മി തിരിച്ചടിച്ചു.

എല്ലാം മടുത്ത കർഷകൻ അന്നേദിവസം വൈകുന്നേരം ഗ്രാമത്തിന് വെളിയിൽ ഒരു മരക്കൊമ്പിൽ കെട്ടിത്തൂങ്ങി മരിച്ചു. റോഡിൽ നിന്നും ഏതാനും ഇഞ്ചുകൾ മുകളിലായി മൃതശരീരം തൂങ്ങി നിൽക്കുന്നത് ഒരു പൊലീസുകാരൻ കണ്ടു. ധൃതിയിൽ അയാൾ കാര്യം തന്റെ മേധാവിയെ അറിയിച്ചു.

ജഡം താഴെയിറക്കണമെങ്കിൽ ഒരു ഡോക്ടറുടെ സാന്നിധ്യം ഉണ്ടായിരിക്കണം. ഗ്രാമത്തിലെ ഡോക്ടർ സ്ഥലത്തുണ്ടായിരുന്നില്ല. പിറ്റേന്നു രാവിലെ മാത്രമേ അയാൾ എത്തുമായിരുന്നുള്ളു. ജഡം എവിടെയാണോ അവിടെത്തന്നെ കിടക്കട്ടെയെന്ന് അങ്ങനെ പൊലീസുകാർ തീരുമാനിച്ചു. അടുത്തദിവസം രാവിലെവരെ ശവം കാക്കാൻ ഒരു സൂക്ഷിപ്പുകാരനെ ചുമതലപ്പെടുത്തുകയും ചെയ്തു. മനുഷ്യരെയോ മൃഗങ്ങളെയോ മറ്റെന്തിനേയുമെങ്കിലോ പേടിയില്ലാത്ത തടിമിടുക്കനായ ഒരു മുൻപട്ടാളക്കാരനായിരുന്നു കാവൽക്കാരൻ—അൽപ്പം മദ്യം ഉള്ളിൽച്ചെല്ലണമെന്നു മാത്രം. അങ്ങനെ അയാൾ അൽപ്പം കഴിക്കാനായി പോയി.

രാവേറെ ചെന്നു. ആരു വരാനാണ്, കർഷകന് പണം കടംകൊടുത്തയാളല്ലാതെ, ജന്മി തന്നെ അതാ വരുന്നു!

തല താഴ്ത്തിയിട്ട് നടക്കുകയായിരുന്നു ജന്മി. അതുകൊണ്ടയാൾ തൂങ്ങിക്കിടക്കുന്ന ശവം കണ്ടില്ല. അതുമായിട്ട് അയാൾ കൂട്ടിമുട്ടുക തന്നെ ചെയ്തു. ശവത്തെയാണ് കൂട്ടിമുട്ടിയതെന്നറിഞ്ഞപ്പോൾ അയാൾക്കുണ്ടായ ഞെട്ടലും ഭയവും എത്രയെന്ന് സങ്കൽപ്പിച്ചു നോക്കാവുന്നതല്ലേയുള്ളു. മരിച്ചയാളെ തിരിച്ചറിഞ്ഞപ്പോൾ അയാളുടെ രക്തം മരവിച്ചു. കർഷകന്റെ പ്രേതത്തിൽ നിന്നാണെങ്കിലും പണം തിരികെ മേടിക്കുമെന്ന ഭീഷണിയെക്കുറിച്ചോർത്തപ്പോൾ രക്തം പിന്നെയും മരവിച്ചു. പ്രതികാരത്തോടെ ഒരു പ്രേതം തന്റെ നേർക്ക് ചാടിവീഴുമെന്ന് പ്രതീക്ഷിച്ച് അയാൾ കഴുത്ത് ഞെരിഞ്ഞവന്റെ നിലവിളിയോടെ പിന്തിരിഞ്ഞോടി. അപ്പോഴേക്കും കാവൽക്കാരൻ മടങ്ങിയെത്തി. മദ്യം അയാളെ കുഴച്ചിരുന്നു. ജന്മി ഓടുന്നത് കണ്ടിട്ട് അത് ശവമാണെന്നയാൾ കരുതി. തന്റെ കാവലിൽ ഉണ്ടായിരുന്ന ഒന്ന് ഓടിരക്ഷപ്പെടുന്നല്ലോ എന്നോർത്ത് അമർഷംപൂണ്ടിട്ട് അയാൾ അലറി. “നിൽക്കൂ!” അതിന്റെ പുറകെ അയാളും ഓടി.

തന്നെ പിന്തുടരുന്നത് കർഷകന്റെ പ്രേതമാണെന്നാണ് ജന്മി കരുതിയത്. “തന്നെ ഞാൻ പിടിച്ച് കൊണ്ടുപോയി വീണ്ടും മരത്തിൽ തൂക്കും” — എന്ന് അയാൾ പറഞ്ഞപ്പോൾ ഭയംകൊണ്ട് ഹൃദയം പൊട്ടിയിട്ട് ജന്മി അവിടെ മരിച്ചു വീണു.

ഡോക്ടറേയും കൊണ്ട് പിറ്റേന്ന് രാവിലെ പൊലീസ് വന്നപ്പോൾ കാവൽക്കാരൻ മരച്ചുവട്ടിൽക്കിടന്നു സുഖമായി ഉറങ്ങുന്നതാണ് കണ്ടത്. അതേസമയം മരച്ചില്ലയിൽ തൂങ്ങിക്കിടന്നിരുന്നത് കർഷകന്റെയും ജന്മിയുടെയും ശവങ്ങളും!

**(ചൈന)**

# 15

# തിരുമ്മുചികിത്സ

**ഒ**രു ബ്രാഹ്മണൻ ഒരു ദിവസം ഗുജറാത്തിലെ രാജാവിനു മുമ്പിൽ ഹാജരായി വണങ്ങി.

"താങ്കളെന്തുകൊണ്ടാണിങ്ങോട്ട് പോന്നത്?" രാജാവ് ചോദിച്ചു.

"ദാരിദ്ര്യം," അയാൾ പറഞ്ഞു. "എനിക്ക് എന്റെ കുടുംബത്തെ തീറ്റിപ്പോറ്റാൻ കഴിയുന്നില്ല."

തന്റെ ഭണ്ഡാരം സൂക്ഷിപ്പുകാരന് സമർപ്പിക്കുവാനായി രാജാവ് അയാൾക്കൊരു കുറിപ്പുകൊടുത്തു. കുറിപ്പുവാങ്ങിച്ചിട്ട് ഭണ്ഡാരം സൂക്ഷിപ്പുകാരൻ അയാൾക്ക് ഒരു രൂപ കൊടുത്തു. ഒരു കുടുംബത്തെ ഒരു ദിവസം തീറ്റിപ്പോറ്റുവാൻ അതു മതിയായിരുന്നു. ദിവസവും രാവിലെ വന്ന് രാജാവിന് മുമ്പിൽ ഹാജരാകുകയും രാജാവിൽനിന്നും കുറിപ്പ് വാങ്ങി ഭണ്ഡാരം സൂക്ഷിപ്പുകാരന് നൽകുകയും വേണമെന്നാണ് ഈ നടപടിയിൽ നിന്നും ബ്രാഹ്മണൻ മനസിലാക്കിയത്.

ഒരു ദിവസം രാജാവിന്റെ തിരുമ്മൽകാരൻ ബ്രാഹ്മണനോട് ചോദിച്ചു.

"ഞാൻ രാജാവിന്റെ കാലുകൾ തിരുമ്മുന്നത് നിങ്ങൾ കണ്ടിട്ടുണ്ടായിരിക്കണം?"

"ഞാൻ കണ്ടിട്ടുണ്ട്," ബ്രാഹ്മണൻ പറഞ്ഞു.

"ഞാൻ അദ്ദേഹത്തെ നല്ല മാനസികാവസ്ഥയിലാക്കുന്നതുകൊണ്ടാണ് അദ്ദേഹം താങ്കളോട് ഔദാര്യം കാണിക്കുന്നത്," തിരുമ്മൽകാരൻ പറഞ്ഞു. "എനിക്കിവിടെ വലിയ സ്വാധീനമാണുള്ളത്. എന്റെയൊരു വാക്കുമതി നിങ്ങൾക്ക് പെൻഷൻ നഷ്ടമാകാൻ. അങ്ങനെ സംഭവിക്കേണ്ടതില്ലെങ്കിൽ നിങ്ങൾ ദിവസവും എനിക്കു നാലണ കമീഷൻ നൽകണം."

"താങ്കൾക്ക് ഒന്നും തന്നെ നൽകുവാൻ എനിക്കു കഴിയില്ല." അങ്ങനെ പറഞ്ഞുകൊണ്ട് ബ്രാഹ്മണൻ നടന്നകന്നു.

തിരുമ്മൽകാരൻ അതിനുശേഷം ബ്രാഹ്മണനെ ഒരുപാട് പ്രാവശ്യം വഴിയിൽ തടഞ്ഞു. ഓരോ തവണയും അയാളുടെ രീതി കൂടുതൽ കൂടുതൽ ഭീഷണി നിറഞ്ഞതായി വന്നു. പക്ഷേ അയാൾക്ക് എന്തെങ്കിലും കൊടുക്കുവാൻ ബ്രാഹ്മണൻ വിസമ്മതിക്കുക തന്നെ ചെയ്തു.

ഒരു ദിവസം അയാൾ ബ്രാഹ്മണനെ കൊട്ടാരവാതിലിന് പുറത്തു വെച്ചു നേരിട്ടു.

"താങ്കളുടെ കാര്യത്തിൽ രാജാവ് ആകെ പരിഭ്രാന്തിയിലാണ്." അയാൾ അറിയിച്ചു.

"പരിഭ്രാന്തിയിലോ?" ബ്രാഹ്മണൻ ചോദിച്ചു. "എന്തുകൊണ്ട്?"

"താങ്കളുടെ ശ്വാസത്തിന് വല്ലാത്ത നാറ്റമാണെന്നാണ് അദ്ദേഹം പറയുന്നത്. മൂക്കും വായയും ഒരു തുണികൊണ്ട് കെട്ടിയിട്ട് അദ്ദേഹത്തെ കാണാൻ പോകുന്നതാണ് നല്ലത്."

അയാൾക്ക് നന്ദി പറഞ്ഞുകൊണ്ട് ബ്രാഹ്മണൻ തുണി തിരക്കിപ്പോയി. അപ്പോഴേക്കും തിരുമ്മൽകാരൻ രാജാവിന്റെ അറയിലേക്ക് തിരക്കിട്ട് ചെന്ന് കാലുതിരുമ്മിത്തുടങ്ങി.

"ചിലയാളുകൾ തീർത്തും നന്ദികെട്ടവരാണ്," പതിയെ പിറുപിറുക്കുന്ന മാതിരി അയാൾ പറഞ്ഞു.

"ആരെപ്പറ്റിയാണ് നിങ്ങൾ സംസാരിക്കുന്നത്?" രാജാവ് ചോദിച്ചു.

"താങ്കൾ ദിവസവും ഓരോ രൂപ കൊടുക്കുന്ന ബ്രാഹ്മണനെപ്പറ്റി. ഞാനിപ്പോൾ അയാളെ കണ്ടതേയുള്ളൂ. മൂക്കിലും വായിലുമായി അയാൾ ഒരു തുണികെട്ടി ശരിപ്പെടുത്തുകയായിരുന്നു അപ്പോൾ."

"എന്തിന്?" രാജാവ് ചോദിച്ചു.

"അയാൾ പറയുന്നത്....അയാൾ പറയുന്നത്......ഇല്ല, എനിക്കതു പറയാൻ കഴിയില്ല പ്രഭോ...."

"എന്നോട് പറയൂ!" രാജാവ് കൽപ്പിച്ചു.

"തിരുമനസിന് ശ്വാസനാറ്റമുണ്ടെന്നാണ് അയാൾ പറയുന്നത്."

കുറെ സമയം കഴിഞ്ഞ്, വായും മൂക്കും പൊതിഞ്ഞുകെട്ടിയ രീതിയിൽ ബ്രാഹ്മണൻ കടന്നുവന്നപ്പോൾ രാജാവ് അക്ഷോഭ്യനായി ഇരുന്നതേയുള്ളൂ. പതിവുപോലെ, ഭണ്ഡാരം സൂക്ഷിപ്പുകാരനുള്ള കുറിപ്പ് രാജാവ് അയാൾക്ക് നൽകുകയും ചെയ്തു.

തിരുമ്മൽകാരൻ അതിശയിച്ചുപോയി. ബ്രാഹ്മണനെ ആട്ടിയകറ്റുമെന്നും കൊട്ടാരത്തിൽ കയറുന്നത് വിലക്കുമെന്നുമായിരുന്നു അയാൾ പ്രതീക്ഷിച്ചത്. ഇപ്പോഴാകട്ടെ സംഗതികൾ ദുർലക്ഷണം കാണിക്കുന്ന വിധം മാറിയിരിക്കുന്നു. ഒരു ദിവസം രാജാവ് ബ്രാഹ്മണനോട് വായും മൂക്കും പൊതിഞ്ഞ് കെട്ടിയിരിക്കുന്നതെന്തിനെന്ന് ചോദിക്കും. അന്നു പൂച്ച് പുറത്താകും.

രാജാവിനോട് ക്ഷമയാചിച്ചിട്ട് അയാൾ ബ്രാഹ്മണന് പുറകെ പാഞ്ഞു. വായും മൂക്കും മൂടിക്കെട്ടിയതെന്തിനെന്ന് ഒരിക്കലും പുറത്തു പറയരുതെന്ന് താക്കീതുചെയ്യുകയായിരുന്നു ഉന്നം. അയാൾ തന്റെ ക്ഷേമത്തിൽ താൽപ്പര്യം കാണിക്കുന്നുവെന്നറിഞ്ഞ് ബ്രാഹ്മണന്റെ മന സലിഞ്ഞു. "നിങ്ങൾക്ക് കമീഷൻ തരാത്തതിൽ എനിക്കിപ്പോൾ ഖേദ മുണ്ട്," അയാൾ പറഞ്ഞു. "ഇതാ ഈ ഒരു രൂപ നിങ്ങൾ എടുത്തു കൊള്ളൂ," അങ്ങനെ പറഞ്ഞുകൊണ്ട് ഭണ്ഡാരംസൂക്ഷിപ്പുകാരനുള്ള കുറിപ്പ് ബ്രാഹ്മണൻ അയാൾക്ക് കൈമാറി.

അതീവ സന്തുഷ്ടനായ തിരുമ്മൽകാരൻ കുറിപ്പും കൊണ്ട് ഭണ്ഡാ രം സൂക്ഷിപ്പുകാരന്റെ അടുത്തേക്കോടി. എന്നാൽ നാണയം കൊടുക്കു ന്നതിന് പകരം ഉദ്യോഗസ്ഥൻ അയാളെ ഗാർഡുകൾക്ക് കൈമാറുക യാണ് ചെയ്തത്.

"എന്താ ഇത്!" അന്ധാളിച്ച അയാൾ പകച്ചുകൊണ്ട് ചോദിച്ചു, "എന്നെ എന്തിനാണിങ്ങനെ മർദിക്കുന്നത്?!"

"രാജാവിന്റെ ഉത്തരവാണിത്." കലവറ സൂക്ഷിപ്പുകാരൻ പറഞ്ഞു, "കുറിപ്പുമായി വരുന്നയാളുടെ വായ തുന്നിക്കെട്ടണമെന്നാണീ ഗൂഢസ ന്ദേശത്തിന്റെ പൊരുൾ."

ഒടുവിൽ തന്നെ രക്ഷിക്കാനായി ആ തിരുമ്മൽകാരന് എല്ലാം വെളി പ്പെടുത്തേണ്ടി വന്നു. എന്നിരുന്നാലും അയാളെ നഗരത്തിൽ നിന്നും രാജാ വ് കെട്ടുകെട്ടിക്കുക തന്നെ ചെയ്തു. ബ്രാഹ്മണനാകട്ടെ ശേഷിച്ചകാലം മുഴുവനും കൊട്ടാരത്തിൽ നിന്നും ഓരോ രൂപ ലഭിക്കുകയും ചെയ്തു.

**(ഗുജറാത്ത്)**

# 16

## വിവേകമുള്ള വാർധക്യം

**ലാ**റ്റ്വിയയിലെ കർഷകരുടെ ഇടയിൽ പ്രചാരം നേടിയ ഒരു നാടോടിക്കഥയുണ്ട്. ജനങ്ങൾ സമുദായങ്ങളായി തിരിഞ്ഞുകൊണ്ട് ആചാരങ്ങളും മറ്റും സ്ഥാപിച്ചു തുടങ്ങിയ ലോകാരംഭത്തിന്റെ കഥയാണത്. എല്ലാം ചെറുപ്പവും നവീനവുമായിരിക്കണമെന്നാണ് അന്ന് ആളുകൾ കരുതിപ്പോന്നിരുന്നത്. പഴകി ഉപയോഗശൂന്യമായ ഒന്നിനും അവരെ സംബന്ധിച്ചിടത്തോളം ലോകത്ത് സ്ഥാനമുണ്ടായിരുന്നില്ല. ദുർബലരും ക്ഷീണിതരുമായ വൃദ്ധജനങ്ങൾക്ക് അധ്വാനത്തിന്റെ ഭാരം പങ്കിടുവാൻ കഴിയുമായിരുന്നില്ല. അവരെ നശിപ്പിക്കുക എന്നത് ആചാരമായി.

വയസായ പിതാവുള്ള ഒരു മനുഷ്യനുണ്ടായിരുന്നു. മിടുക്കനും സുമുഖനും ബുദ്ധിമാനുമായ ഒരു മകനും അയാൾക്കുണ്ടായിരുന്നു. ചെറുമകന് അപ്പൂപ്പനെ വലിയ ഇഷ്ടമായിരുന്നു. വർത്തമാനം പറഞ്ഞും കളിച്ചും അവർ ഒരുപാട് സമയം ചെലവിടും. ഇത് ആ മനുഷ്യനെ വിഷമിപ്പിച്ചു. 'എന്റെ കിഴവനായ അച്ഛനെ വകവരുത്തണം. മരിക്കണമെന്നേ ഇല്ലെന്ന് തോന്നുന്നു അദ്ദേഹത്തിന്.' അയാൾ ചിന്തിച്ചു.

ഒരുദിവസം വൃദ്ധനെ അയാൾ ഒരു ചക്രവാഹനത്തിൽ ഇരുത്തി.

"എന്താണ് ചെയ്യുന്നത്?" കൊച്ചു മകൻ ചോദിച്ചു.

"അപ്പൂപ്പനെ ഞാൻ ഒരു സഞ്ചാരത്തിന് കൊണ്ടുപോവുകാ," അയാൾ പറഞ്ഞു. "നിൽക്കൂ, ഞാനും കൂടെ വരുന്നു," ആ കൊച്ചു കുട്ടി അറിയിച്ചു.

കുട്ടി തങ്ങളോടൊപ്പം വരേണ്ടതില്ലായിരുന്നു അയാൾക്ക്. എന്നാൽ അവൻ അവരോടൊപ്പം കാട്ടിലേക്ക് പോയി. കാടിന്റെ ഉള്ളിലേക്ക് പോയിപ്പോയി അവസാനം അവർ ഏറ്റവും ഇരുണ്ട ഒരു ഭാഗത്ത് എത്തി. ചക്രവണ്ടിയേയും വൃദ്ധനേയും അവിടെ ഉപേക്ഷിച്ചിട്ട് അയാൾ മകനോട്

പറഞ്ഞു: "വരൂ, നമുക്ക് വീട്ടിൽ പോകാം. നിന്റെ അപ്പൂപ്പൻ ഇവിടെ കുറെക്കാലം തങ്ങട്ടെ."

കുശാഗ്രബുദ്ധിക്കാരനായിരുന്നു കുട്ടി. "ഹൊ, അപ്പൂപ്പനെ ഉപേക്ഷിക്കുകയാണോ നമ്മൾ? എന്നാൽ ചക്രവാഹനം മടക്കിക്കൊണ്ട് പോകണം. അച്ഛൻ വയസാകുമ്പോൾ എനിക്കിതു വേണ്ടിവരും." അവൻ പറഞ്ഞു.

കൊച്ചു പയ്യൻ പറഞ്ഞതു കേട്ടപ്പോൾ അയാൾ ചിന്താധീനനായി. വയസാകുമ്പോൾ എന്റെയും വിധി ഇതു തന്നെയാകും. വൃദ്ധനായ പിതാവിനെ വീട്ടിലേക്കു മടക്കിക്കൊണ്ട് പോയപ്പോൾ കുട്ടിക്ക് സന്തോഷമായി.

തന്റെ വയസനായ പിതാവിനെ മടക്കിക്കൊണ്ടു വന്ന വിവരം അയൽക്കാർ അറിയുമെന്നായി ഇപ്പോൾ അയാളുടെ ഭയം. അത് ആ ജനങ്ങളുടെ ആചാരത്തിന് എതിരായിരുന്നു. അയാൾ അങ്ങനെ വൃദ്ധനെ ഒരു കലവറയിൽ രഹസ്യമായി ഒളിപ്പിച്ചു.

അയാൾ എന്നും വൃദ്ധന് ഭക്ഷണപാനീയങ്ങൾ കൊണ്ടുക്കൊടുത്തു. അത് കുറച്ചു കാലം തുടർന്നു. നാട്ടിൽ അപ്പോഴേക്കും ക്ഷാമമായി. ഓരോ വർഷവും വിളവെടുപ്പ് മോശമായി വന്നു. ഭക്ഷണവും ധാന്യവും ദുർലഭമായി. കലവറയിലെ വൃദ്ധൻ കുറച്ചുമാത്രം ഭക്ഷണമേ കിട്ടിയുള്ളൂ. ഒരു ദിവസം അയാൾ മകനോട് ചോദിച്ചു: "എന്താണ് പ്രശ്നം? നീ വളരെ ദു:ഖിതനായിക്കാണുന്നുവല്ലോ. കഴിക്കാൻ എനിക്കിത്തിരി മയമുള്ള റൊട്ടികൊണ്ട് തരാമോ?"

"നാട്ടിൽ ക്ഷാമമാണ്. റൊട്ടിയുണ്ടാക്കാൻ ധാന്യമൊന്നും കിട്ടാനില്ല. വിതയ്ക്കാനും ധാന്യമണികളൊന്നും ബാക്കിയിരുപ്പില്ല."

വൃദ്ധൻ പറഞ്ഞു: "അതു വളരെ കഷ്ടം തന്നെ. കറ്റമേഞ്ഞ ഒരു കളപ്പുരയുണ്ടല്ലോ നിങ്ങൾക്ക്. മേഞ്ഞ കറ്റകളിറക്കി അടിക്കുക. വിതയ്ക്കാൻ കുറച്ച് വിത്തുകൾ കിട്ടും."

പുരമേഞ്ഞതിലെ വയ്ക്കോൽ അടിച്ചപ്പോൾ ഒരു വലിയ കോപ്പ നിറയെ ധാന്യമണികൾ അയാൾക്കു കിട്ടി. അതയാൾ വയലിൽ വിതച്ചു. നല്ല കൊയ്ത്തായിരുന്നു കിട്ടിയത്.

അയാൾക്കു മാത്രമായി എങ്ങനെ നല്ല വിളവെടുപ്പ് കിട്ടിയെന്നറിയാനായി വിവരമറിഞ്ഞ് അയൽക്കാർ വന്നു.

"ഞാൻ എന്റെ അച്ഛന്റെ ഉപദേശം ചെവിക്കൊണ്ടു." അയാൾ പറഞ്ഞു.

"പക്ഷേ നിനക്ക് അച്ഛനില്ലല്ലോ." അയൽക്കാർ പറഞ്ഞു. അപ്പോഴേക്കും കൊച്ചു മകൻ അപ്പൂപ്പനെ വീട്ടിന് പുറത്തു കൊണ്ടുവന്നു.

"നോക്കൂ, എനിക്കൊരു അപ്പൂപ്പനുണ്ട്, തീർച്ചയായുമുണ്ട്." അവൻ അഭിമാനത്തോടെ പറഞ്ഞു.

അതിനുശേഷം ആരും തന്നെ വൃദ്ധജനങ്ങളെ ഇല്ലായ്മ ചെയ്യുവാൻ ഒരുമ്പെട്ടില്ല. വാർധക്യത്തിന്റെ വിവേകത്തെ അവർ ആദരിച്ചു. വൃദ്ധരെ അവർ ശ്രദ്ധയോടെ സ്നേഹത്തോടെ പരിലാളിക്കുവാൻ തുടങ്ങി.

**(ലാറ്റ്വിയ)**

# 17

# സ്വർണത്തളിക

**പ**ട്ടിണിയിൽ അമർന്ന ഒരു നമ്പൂതിരി കുടുംബം. ദാരിദ്ര്യം കാരണം അടുപ്പിൽ തീ പുകഞ്ഞിട്ട് തന്നെ ദിവസം രണ്ടായി. തിരുമേനിക്കും അന്തർജനത്തിനും വിശപ്പു താങ്ങുവാൻ ഇനിയും കഴിഞ്ഞേക്കും. എന്നാൽ ഉണ്ണാനൊന്നുമില്ലാതെ തളർന്നുറങ്ങുന്ന കുഞ്ഞുങ്ങളുടെ കാര്യം സഹിക്കാനൊക്കുമോ?

കുഞ്ഞുങ്ങൾ തളർന്നു പാതിമയക്കത്തിൽ കിടക്കുകയാണ്. അതു കണ്ടിട്ട് അന്തർജനത്തിന്റെ കരൾ പൊടിഞ്ഞു. വിശന്ന് ബോധം കെട്ടിട്ട് കുഞ്ഞുങ്ങൾ ഉണരാതിരിക്കുമോ എന്നാണവരുടെ ഭയം. നമ്പൂതിരിയാകട്ടെ കട്ടിലിൽ പ്രതിമ പോലിരിക്കുകയാണ്. അദ്ദേഹത്തിന്റെ അടുത്തു ചെന്ന് അന്തർജനം അറച്ച് ഇങ്ങനെ പറഞ്ഞു:

"ഞാനൊരു വഴി പറയട്ടെ. അടുത്ത് തന്നെയുള്ള ജന്മി നായരുടെ തൊടിയിൽ മൂത്ത നേന്ത്രവാഴക്കുലകൾ നൂറ് കണക്കിനുണ്ട്. ആരും കാണുകില്ല. ഒരെണ്ണം വെട്ടിക്കൊണ്ട് പോന്നാൽ ഇപ്പൊഴേ തന്നെ കുഞ്ഞുങ്ങൾക്ക് വേവിച്ച് നൽകാം. ജീവൻ രക്ഷിക്കുന്നതിനായി അൽപ്പം കട്ടാൽ പാപമില്ലെന്ന് പുരാണങ്ങളിൽ തന്നെ പറയുന്നുണ്ടല്ലോ?"

പ്രിയതമയുടെ കണ്ണീരൊഴുകുന്ന മുഖം കണ്ടപ്പോൾ നമ്പൂതിരിയുടെ മനസിളകി. പിഴുതിട്ട താമരമൊട്ട് പോലുള്ള ആ ഇളം മുഖങ്ങൾ കണ്ടപ്പോൾ അദ്ദേഹത്തിന് പിന്നെ ഒട്ടും തന്നെ അടങ്ങിയിരിക്കാൻ കഴിഞ്ഞില്ല.

നല്ല നിലാവ് പരന്നൊഴുകുന്ന ഒരു രാത്രിയായിരുന്നു അത്. വെട്ടുകത്തിയുമായി നമ്പൂതിരി നിലാവിലൂടെ നടന്നു. നേന്ത്രവാഴത്തോട്ടം തന്നെയായിരുന്നു അദ്ദേഹത്തിന്റെ ലക്ഷ്യം.

പോയതു പോലെ മടങ്ങി വന്ന നമ്പൂതിരിയെക്കണ്ട് അന്തർജനം അമ്പരപ്പോടെ ചോദിച്ചു: "കിട്ടിയോ?"

"തൊടിയുടെ മുൾവേലിപ്പടർപ്പ് പിടയുന്ന മനസോടെയാണ് ഞാൻ കടന്നത്. മൂത്ത ഒരു കുല നോക്കി വെട്ടാനായുമ്പോൾ 'ആരിത്?' എന്ന് ചോദിച്ചുകൊണ്ട് ദൂരെ പൂർണചന്ദ്രൻ നിന്ന് ചിരിക്കുന്നതു കണ്ടു. നാണിച്ചുപോയി. ഭാഗ്യം, വേറെ ആരും കണ്ടില്ല. കുലവെട്ടാതെ ഞാനിങ്ങ് പോന്നു." നമ്പൂതിരി വിശദമാക്കി.

"ചന്ദ്രൻ നോക്കി ചിരിച്ചെന്നോ? എന്നാലീ ചന്ദ്രന് പിള്ളേർക്ക് അമൃത് വിളമ്പരുതോ?" കുടുംബിനി പരിഹസിച്ചു.

പുകയുന്ന വിളക്കുതീയണച്ചിട്ട് ഇരുവരും ഉറങ്ങാൻ കിടന്നു. ആപത്തൊന്നും വരുത്താതെ ഭഗവാൻ തുണയ്ക്കട്ടെ എന്നായിരുന്നു അവരുടെ പ്രാർഥന.

ചിന്തകളടങ്ങി നമ്പൂതിരി ഉറക്കത്തിലാണ്ടു. അപ്പോൾ അദ്ദേഹം ഒരു സ്വപ്നം കണ്ടു. ജനാലയ്ക്കരികിൽ നിന്നും ആരോ തന്നെ തിടുക്കത്തിൽ വിളിക്കുകയാണ്. പിന്നെയും വിളിക്കുകയാണ്. "വാതിൽ തുറക്കൂ തിരുമേനി. മുറ്റത്തെ വരിക്കപ്ലാവിന്റെ ചോട്ടിൽ അങ്ങയെ പ്രതീക്ഷിച്ച് ഒരു വസ്തു കിടപ്പുണ്ട്. ചെന്നെടുക്കൂ. മംഗളം ഭവിക്കട്ടെ." ആ ശബ്ദം പറഞ്ഞു.

സംശയത്തോടെ നമ്പൂതിരി വാതിൽ തുറന്നു. നിലാവസ്തമിച്ചിരുന്നു. ആരെയും കാണാനില്ല. അപ്പോഴാണ് ദൂരെ പ്ലാവിന്റെ ചോട്ടിൽ ചെങ്കനൽ പോലെ തിളങ്ങുന്ന ഒരു വസ്തു നമ്പൂതിരിയുടെ കണ്ണിൽപ്പെട്ടത്. ചെന്ന് നോക്കിയപ്പോൾ അത്ഭുതപ്പെട്ടുപോയി. അതീവ സുന്ദരമായ ഒരു സ്വർണത്തളികയായിരുന്നു അത്.

വേഗം നമ്പൂതിരി അതു ചെന്നെടുത്തു. അന്തർജനത്തെ കാണിച്ചു. സ്വപ്നമാണോ സത്യമാണോ എന്നറിയാൻ കഴിയാതെ മിഴിച്ച കണ്ണുകളോടെ അവർ അതു നോക്കിനിന്നു. സംസാരിച്ചിരുന്ന് നേരം പോയതറിഞ്ഞില്ല. പകൽ തെളിഞ്ഞു. അപ്പോൾ അന്തർജനം പറയുകയാണ്:

"നിധി ഇവിടെ സൂക്ഷിച്ചാൽ കള്ളന്മാർ വരും. ആപത്തുണ്ടാകും. ജന്മിനായരുടെ വീട്ടിൽ കൊണ്ടുപോയി പണയദ്രവ്യമായി വയ്ക്കുക. ദൈവം കനിഞ്ഞാൽ പണവും പലിശയും കൊടുത്ത് തിരികെ എടുക്കുകയും ചെയ്യാം."

തളിക ഒരു പഴയ വസ്ത്രത്തിൽ പൊതിഞ്ഞ് നമ്പൂതിരി ജന്മിനായരുടെ വീട്ടിലേയ്ക്കു കൊണ്ടുപോയി. "പഴയകാല സ്വത്താണല്ലേ?" എന്നിങ്ങനെ വെറുതെ ചോദിച്ചു കൊണ്ട് ജന്മിനായർ നിധി വാങ്ങി അകത്തു വെച്ചിട്ട് നമ്പൂതിരിക്ക് രണ്ടായിരം രൂപ നൽകി.

യാത്ര പറഞ്ഞിറങ്ങുമ്പോൾ ഇനിയും പണം ആവശ്യമുണ്ടെങ്കിൽ ചോദിക്കാൻ മടിക്കേണ്ടെന്ന് നായർ നമ്പൂതിരിയെ ഉണർത്തിച്ചു. നിധി അതിന് മതിയാകുമെന്നാണ് നയശാലിയായ ജന്മിനായർ സൂചിപ്പിച്ചത്.

ഏതായാലും അന്നു തൊട്ട് നമ്പൂതിരിയുടെ ഇല്ലത്ത് പട്ടിണി മാറി. അവിടെ സൗഭാഗ്യം കളിയാടി. കൈവെച്ചതിലെല്ലാം ആ ബ്രാഹ്മണന് നേട്ടം തന്നെ. കടങ്ങൾ ചിട്ടയായി തന്നെ വീട്ടി. ഇല്ലത്ത് എന്നും ഓണം തന്നെ. കുട്ടികൾ നിറച്ചുണ്ട് ചിരിച്ചു. നമ്പൂതിരിക്ക് നിധി കിട്ടിയെന്ന് നാട്ടുകാർ പറഞ്ഞു.

കൊല്ലമൊന്നു കഴിഞ്ഞപ്പോൾ പണയം തിരിച്ചെടുക്കാൻ നമ്പൂതിരി തീരുമാനിച്ചു. "നമ്മുടെ നിധി നമ്മുടെ വീട്ടിൽ തന്നെയിരിക്കട്ടെ." എന്ന് അന്തർജനം പറഞ്ഞതും നമ്പൂതിരിക്ക് താങ്ങായി.

മടിശ്ശീല നിറയെ പണവുമായി നമ്പൂതിരി ജന്മിനായരുടെ അടുത്തെത്തി. നായർ ആകപ്പാടെ വിഷണ്ണനായി നിൽക്കുകയാണ്. അദ്ദേഹം പറഞ്ഞു: "താങ്കൾ പിരിഞ്ഞ ദിവസം വൈകുന്നേരം ആ തളിക നന്നായിട്ടൊന്ന് കാണാമെന്ന് വെച്ച് ഞാൻ അറ തുറന്നു. തെറ്റിദ്ധരിക്കരുത്. വെച്ചസ്ഥലത്ത് അതു കാണാനില്ലായിരുന്നു. അറ പൂട്ടി താക്കോൽ ഞാൻ തന്നെയാണ് വെച്ചിരുന്നതും. രഹസ്യമായി നാട്ടിലൊക്കെ തിരഞ്ഞു. കവടി നിരത്തിനോക്കി. വഴിപാടുകൾ നടത്തി. ഫലമുണ്ടായില്ല. ഞാനത് കവർന്നെടുത്തിട്ടുണ്ടെങ്കിൽ അതിനുള്ള ശിക്ഷ ദൈവമെനിക്കു തരും. തളികയുടെ വില ഞാൻ ഗഡുവായ് തന്നു കൊള്ളാം. പൊറുക്കണം."

എല്ലാം പറഞ്ഞു കഴിഞ്ഞപ്പോൾ ജന്മിനായരുടെ കണ്ണുകൾ നിറഞ്ഞൊഴുകിയിരുന്നു.

"താങ്കളുടെ പണം കൊണ്ട് എന്റെ ദാരിദ്ര്യമെല്ലാം തീർന്നു. വീട്ടിൽ എനിക്കിപ്പോൾ ഒരല്ലലുമില്ല. കടം പലിശയും ചേർത്ത് കൊണ്ടുവന്നിരിക്കയാണ്. സ്വീകരിച്ചാലും. വീട്ടിൽ തങ്കത്താഴികക്കുടത്തിന്റെ ആവശ്യമുണ്ടോ നമുക്ക്?"

നമ്പൂതിരിയുടെ വാക്കുകൾ കേട്ടപ്പോൾ ജന്മിനായർ അദ്ദേഹത്തിന് മുന്നിൽ സാഷ്ടാംഗം വീണു. നായരുടെ തലയിൽ കൈവെച്ചനുഗ്രഹിച്ചിട്ട് പണക്കിഴിയും കൊടുത്തിട്ട് ഭാരമിറക്കിയ സുഖത്തോടെ നമ്പൂതിരി തിരികെപ്പോന്നു.

നല്ല നിലാവിലുള്ള ഒരു രാത്രി അന്തർജനത്തോടും കുട്ടികളോടുമൊപ്പം ഉമ്മറത്തിരിക്കുകയാണ് നമ്പൂതിരി. അപ്പോൾ അന്തർജനം പറഞ്ഞു: "ഇതുപോലൊരു പൗർണമി നാളിൽ ചന്ദ്രൻ ചിരിച്ചതോർക്കുന്നുണ്ടോ? കായ്ക്കുല വെട്ടാതെ പോന്നതിൽ കനിവുണ്ടായി അമ്പിളിക്ക്. അസ്തമിച്ചിട്ട് താങ്കളെ സ്വപ്നത്തിൽ വിളിച്ചുണർത്തി പ്ലാവിൻ ചുവട്ടിൽ തളികയായ്ക്കിടന്നത് ചന്ദ്രനായിരുന്നു. തന്റെ ജോലിയൊക്കെ കൃത്യമായി ചെയ്തു തീർത്തിട്ട് നായരുടെ അറ വിട്ട് ഇപ്പോൾ വാനിൽ തിളങ്ങുകയാണ് അമ്പിളി. അതാ, നമ്മെ നോക്കി ചിരിക്കുന്ന നമ്മുടെ തങ്കക്കിണ്ണം."

തന്റെ ഭാഗ്യദാതാവിന് മുമ്പിൽ അപ്പോൾ കൈക്കൂപ്പി നിൽക്കുകയായിരുന്നു ആ നമ്പൂതിരി.

**(കേരളം)**

# 18

## അസംതൃപ്തിക്ക് ചികിത്സ

**തീ**രെ അസംതൃപ്തനായ ഒരു മനുഷ്യൻ ഒരു വാൾനട്ട് മരത്തിന്റെ ചുവട്ടിൽ ഇരിക്കുകയായിരുന്നു. അടുത്തുതന്നെ ഒരു മത്തങ്ങ വള്ളി തഴച്ചു വളരുന്നുണ്ടായിരുന്നു. അയാളുടെ കണ്ണുകൾ മത്തങ്ങയിൽ പതിഞ്ഞു.

"ദൈവമേ," അയാൾ പറഞ്ഞു, "ഈ മരത്തിന് ഇത്രയും ചെറിയ കായ്കളും തീരെ നേർത്ത ഒരു വള്ളിയിൽ അത്രയ്ക്ക് വലിയ മത്തങ്ങയും വിളയിച്ച നീ എത്ര മണ്ടനാണ്! മത്തങ്ങകൾ ഈ വൃക്ഷത്തിലും വാൾനട്ടുകൾ ആ ചെറു സസ്യത്തിലും വളർത്തിയിരുന്നുവെങ്കിൽ നിന്റെ ബുദ്ധിയെ ഞാൻ അഭിനന്ദിക്കുമായിരുന്നു."

അയാളതു പറഞ്ഞു തീരുമ്പോഴേക്കും ഒരു വാൾനട്ട് അങ്ങേരുടെ തലയിൽ വന്നുവീണു. അയാൾ ഞെട്ടി.

"ദൈവമേ!" അയാൾ തുടർന്നു, "ശരി നിന്റെ പക്ഷത്തു തന്നെ. അത്രയും ഉയരത്തിൽ നിന്നും ഒരു മത്തങ്ങയായിരുന്നു എന്റെ തലയിൽ വന്നു വീണിരുന്നതെങ്കിൽ ഞാൻ ചത്തുപോകുമായിരുന്നു. നിന്റെ ബുദ്ധിയും നന്മയും മഹത്തരം തന്നെ."

**(ജമ്മു കാശ്മീർ)**

# 19

## ദു:ഖം പങ്കുവയ്ക്കൂ!

**ത**ന്റെ രണ്ട് ആൺമക്കളോടും അവരുടെ ഭാര്യമാരോടുമൊപ്പം ഒരു വിധവ താമസിച്ചിരുന്നു. നാലുപേരും ആ സ്ത്രീയോട് മോശമായി പെരുമാറുകയും നിത്യേന അവരെ വഴക്കു പറയുകയും ചെയ്തുപോന്നു. തന്റെ ദു:ഖങ്ങൾ പറയുവാനോ പങ്കുവയ്ക്കുവാനോ അവർക്ക് ആരും ഉണ്ടായിരുന്നില്ല. വിഷമമെല്ലാം തന്നിൽ തന്നെ ഒതുക്കി വന്നിരുന്നതിനാൽ ദിവസം കഴിയുന്തോറും വിധവ തടിച്ചു തടിച്ചു വന്നു. ആൺമക്കൾക്കും അവരുടെ ഭാര്യമാർക്കും ഇപ്പോൾ അവരുടെ തടി ഒരു പരിഹാസ വിഷയമായി. തിന്ന് തടിച്ച് കൊഴുക്കുകയാണെന്ന് പറഞ്ഞ് അവർ വിധവയെ കളിയാക്കാൻ തുടങ്ങി.

"കുറച്ചു മാത്രം തിന്നരുതോ?" അവർ ചോദിച്ചു.

വീട്ടിലുള്ളവരെല്ലാം ഒരുദിവസം എവിടെയോ പോയിരിക്കുകയായിരുന്നു. ആ തക്കത്തിന് അവർ വീട് വിട്ടിറങ്ങി. അങ്ങേയറ്റം വിഷമത്തിലും ദു:ഖത്തിലുമായിരുന്നു ആ സ്ത്രീ. നടന്നലഞ്ഞു അവർ നഗരത്തിന് പുറത്തെത്തി. അവിടെ അവർ ആളൊഴിഞ്ഞ ഒരു പഴയ വീട് കണ്ടു. മേൽക്കൂരയെല്ലാം തകർന്ന് ആകെ നശിച്ച അവസ്ഥയിലായിരുന്നു അത്. അതിനുള്ളിലേക്കു കടന്നപ്പോൾ ആ വിധവയ്ക്കു കൂടുതൽ ദു:ഖവും ഏകാന്തതയും തോന്നി. തന്റെ വിഷമങ്ങൾ തന്നിൽ തന്നെയൊതുക്കുവാൻ ഇനിയൊട്ടും കഴിയില്ലെന്ന് അവർ കണ്ടു. ആരോടെങ്കിലും അതു പറയണം.

ഒന്നാമത്തെ മകനെക്കുറിച്ചുള്ള ആവലാതികളും വിഷമങ്ങളും അങ്ങനെ അവർ തന്റെ നേരെ മുമ്പിലുള്ള ഭിത്തിയോട് പറഞ്ഞു. എല്ലാം പറഞ്ഞു കഴിഞ്ഞപ്പോൾ അവളുടെ ദു:ഖഭാരം താങ്ങാൻ ആവാതെ ആ

ഭിത്തി തകർന്നു കൂമ്പാരമായി വീണു. അതോടെ അവരുടെ ശരീരത്തിന്റെ ഭാരം അത്രയ്ക്കു കുറഞ്ഞു.

പിന്നെ രണ്ടാമത്തെ ഭിത്തിയുടെ നേർക്ക് തിരിഞ്ഞിട്ട് ഒന്നാമത്തെ മകന്റെ ഭാര്യയ്ക്കെതിരെയുള്ള വിഷമങ്ങളും പരാതികളുമെല്ലാം ആ വിധവ പറഞ്ഞു. ആ ഭിത്തിയും തകർന്നു വീണു. അവരുടെ ഭാരവും അത്രയ്ക്കു കുറഞ്ഞു. രണ്ടാമത്തെ മകനെതിരേയുള്ള ആവലാതികൾ ബോധിപ്പിച്ചുകൊണ്ട് അവർ മൂന്നാമത്തെ ഭിത്തിയും തകർത്തിട്ടു. രണ്ടാമത്തെ മകന്റെ ഭാര്യയ്ക്കെതിരെയുള്ള പരാതികളും വിഷമങ്ങളുമൊക്കെ ബോധിപ്പിച്ചു കഴിഞ്ഞപ്പോഴേക്കും നാലാമത്തെ ഭിത്തിയും തകർന്നു കൂമ്പാരമായി.

ഇഷ്ടികയും പാറക്കല്ലുകളുമായി ചുറ്റിലും തകർന്നു വീണ ആ വീടിന്റെ നാശാവിഷ്ടങ്ങളിൽ നിൽക്കുമ്പോൾ ആ വിധവയ്ക്കു തീരെ ഭാരക്കുറവനുഭവപ്പെട്ടുവെന്ന് മാത്രമല്ല മനസിന് നല്ല സുഖവും തോന്നി. തന്റെ വിഷമാവസ്ഥയിൽ അവർക്കുണ്ടായ ഭാരക്കൂടുതൽ മുഴുവൻ ഇല്ലാതായിരിക്കുന്നതായി സ്വയം പരിശോധിച്ചപ്പോൾ അവർക്കു തന്നെ ബോധ്യപ്പെട്ടു.

പിന്നെ അവർ വീട്ടിലേക്കു മടങ്ങി.

**(തമിഴ്നാട്)**

# 20

## താനല്ലെങ്കിൽ പിന്നാര്!

മലഞ്ചെരുവിലെ ഒരു അരുവിയിൽനിന്നും വെള്ളം കുടിക്കുകയായിരുന്നു ആട്ടിൻകുട്ടി. അപ്പോൾ വെള്ളം കുടിക്കാനായി മലയ്ക്കു കുറച്ചു മുകളിലായി ഒരു കടുവ വന്നു. കടുവ ആട്ടിൻകുട്ടിയെ കണ്ടു. അവൻ ചോദിച്ചു:

"ആരാടോ എന്റെ അരുവിയിലെ വെള്ളം കലക്കുന്നത്?"

"ഞാൻ ഇവിടെ താഴെയും താൻ അവിടെ മുകളിലുമാണ്. എനിയ്ക്കെങ്ങനെ തന്റെ വെള്ളം കലക്കുവാൻ കഴിയും?" ആട്ടിൻ കുട്ടി തിരിച്ച് ചോദിച്ചു.

"എന്നാൽ ഇന്നലെ താനിതു ചെയ്തുവല്ലോ," കടുവ പറഞ്ഞു.

"ഞാനിന്നലെ ഇവിടെ വന്നതു പോലുമില്ല."

"എന്നാൽ അതു തന്റെ അമ്മയായിരിക്കും."

"എന്റെ അമ്മ മരിച്ചിട്ട് കുറച്ച് കാലമായി."

"എങ്കിലതു തന്റെ തന്തയായിരിക്കും."

"എന്റെ തന്തയോ? അതാരാണെന്ന് എനിക്കു തന്നെ അറിയില്ല," ആശയറ്റ് ദു:ഖിതനായി ഓടുവാൻ തയാറായിക്കൊണ്ട് ആട്ടിൻ കുട്ടി പറഞ്ഞു.

"എനിക്കതു പ്രശ്നമല്ല. തന്റെ അപ്പൂപ്പനോ അപ്പൂപ്പന്റെ അപ്പൂപ്പനോ ആയിരിക്കാം എന്റെ അരുവി കലക്കുന്നത്. അതുകൊണ്ട് ഞാൻ നിന്നെ തിന്നാൻ പോവുകാ," കടുവ പറഞ്ഞു. അവൻ ആട്ടിൻകുട്ടിയുടെ മേൽ ചാടി വീണു. അതിനെ കടിച്ചുകീറി കഷ്ണങ്ങളാക്കി. ഭംഗിയായി തിന്നുകയും ചെയ്തു.

**(കർണാടക)**

# 21

## പട്ടി മരിച്ചത്....

വലിയ ഭൂവുടമയും ധനാഢ്യനുമായ ഒരു ജന്മിയുണ്ടായിരുന്നു. വല്ലാത്ത മുൻശുണ്ഠിക്കാരനായിരുന്നു അയാൾ. ദുർബലമായ ഹൃദയമായിരുന്നു അയാളുടേത്. അതിനാൽ വീട്ടുകാർക്കും വേലക്കാർക്കുമെല്ലാം ഒരു പ്രത്യേക കൽപ്പന നൽകി. ജന്മിയോട് പറയുന്നതിനെക്കുറിച്ചും എങ്ങനെ പറയുന്നുവെന്നതിനെ പറ്റിയും അതീവ ശ്രദ്ധയും കരുതലുമുണ്ടായിരിക്കണം! ഒരിക്കൽ അയാൾ പട്ടണം സന്ദർശിക്കുന്ന വേളയിൽ എന്തോ വാർത്തയുമായി ഒരു ഭൃത്യൻ അയാളുടെ അടുത്തേക്ക് വന്നു.

യജമാനൻ ചോദിച്ചു: "താൻ വീട്ടിൽ നിന്നുമാണല്ലോ വരുന്നത്. അവിടെ എല്ലാവർക്കും എങ്ങനെ?"

"എല്ലാം നന്ന്." ഭൃത്യൻ പറഞ്ഞു, "കറുത്ത പട്ടി മാത്രമേ ചത്തിട്ടുള്ളു."

"പാവം, അതു ചത്തതെങ്ങനെ? ഞാൻ പോരുമ്പോൾ അതിന് അസുഖമൊന്നുമില്ലായിരുന്നുവല്ലോ."

"ദഹനക്കേട് കൊണ്ടാണ് അത് മരിച്ചത്. കുതിരമാംസമല്ലേ തിന്നുകൊണ്ടിരുന്നത്. പിന്നെങ്ങനെ ചാകാതിരിക്കും."

"കുതിരമാംസമോ?" അതിന് കുതിരമാംസം എവിടുന്ന് കിട്ടി?"

"നമ്മുടെ കുതിരാലയങ്ങളിൽ നിന്നു തന്നെ. അല്ലാതെ എവിടുന്നാ"

"എന്ത്, നമ്മുടെ കുതിരകൾ മരിച്ചെന്നോ?"

"അവയെ തീറ്റിപ്പോറ്റാൻ കുതിരക്കാരൻ ഇല്ലാതെ അവയ്ക്ക് ജീവിക്കാനൊക്കുമോ?"

"എന്ത്, കുതിരക്കാർക്ക് എന്തുപറ്റി?"

"പട്ടിണി കിടക്കുമ്പോൾ ആൾക്കാർക്ക് സംഭവിക്കുന്നതെന്തോ അതു തന്നെ. അവർക്ക് ശമ്പളം കൊടുക്കുവാനും ആളില്ലായിരുന്നു."

"താൻ പറയുന്നതെന്താണ്? അവർക്ക് എന്തുകൊണ്ട് ശമ്പളം നൽകിയില്ലേ? എന്റെ കാര്യസ്ഥന് എന്തുപറ്റി? എന്റെ ഭാര്യക്ക് എന്ത് പിണഞ്ഞു?"

"ഭക്ഷണം നൽകാൻ പാചകക്കാരില്ലെങ്കിൽ അവർക്കെങ്ങനെ ജീവിക്കാനാകും?"

"എന്ത്, പാചകക്കാരന് എന്തുപറ്റി?"

"അടുക്കളയിൽ തീപിടിച്ച് തീ വീട് മുഴുവൻ പടർന്ന് എല്ലാവരേയും കൊന്നുവെങ്കിൽ അയാളെങ്ങനെ ജീവിച്ചിരിക്കും."

**(പാകിസ്ഥാൻ)**

# 22

## ഏറ്റവും വലിയ മഹാൻ: ഒരു ചങ്ങലക്കഥ

**ഒ**രാൾ തന്റെ കൃഷിയിടത്തിലേക്കു പോവുകയായിരുന്നു ഒരു ദിവസം. വഴിക്കു വെച്ച് അയാൾ ഒരു എലിയെ പിടിച്ചു. അയാൾ അതിനെ വീട്ടിൽ കൊണ്ടുവന്ന് ഒരു പെട്ടിയിൽ അടച്ചു. കുറച്ച് കഴിഞ്ഞ് എലിയെ പുറത്തെടുക്കുമ്പോൾ, അത്ഭുതമെന്ന് പറയട്ടെ, അത് സുന്ദരിയായ ഒരു പെൺകുട്ടിയായി മാറിയിരുന്നു. അവളെ കണ്ടപ്പോൾ അയാൾ തന്നോട് ഇങ്ങനെ പറഞ്ഞു: 'മഹാനായ ഒരു മനുഷ്യന് ഇവളെ ഞാൻ വിവാഹം ചെയ്തു കൊടുക്കുകയാണെങ്കിൽ അതുകൊണ്ട് എനിക്കു ഗുണമുണ്ടാകും." അങ്ങനെ അയാൾ ലോകത്തെ ഏറ്റവും വലിയ മഹാനെ തേടി പുറപ്പെട്ടു. അയാൾ തന്റെ കുലനായകന്റെ മുമ്പിലെത്തി. "താങ്കളാണ് ഈ ലോകത്തെ ഏറ്റവും മഹാനായ മനുഷ്യൻ. എന്റെ ദത്തുപുത്രിയെ അങ്ങ് വിവാഹം ചെയ്താലും:" അയാൾ പറഞ്ഞു.

കുലനായകൻ പറഞ്ഞു: "എനിക്കവളെ വിവാഹം ചെയ്യാൻ ഇഷ്ടമാണ്. എന്നാൽ, ലോകത്തെ ഏറ്റവും വലിയ മഹാനാണ് അവളെ വിവാഹം ചെയ്യേണ്ടതെന്നാണല്ലോ നിങ്ങൾ പറയുന്നത്. വെള്ളത്തിന് എന്നേക്കാൾ മഹത്വമുണ്ടെന്ന് അറിയുക. വെള്ളപ്പൊക്കത്തിന് ഞാൻ പുഴയിലിറങ്ങുകയാണെങ്കിൽ അത് എന്നെ നിഷ്പ്രയാസം എടുത്തുകൊണ്ട് പോകും."

അങ്ങനെ അയാൾ വെള്ളത്തിനടുത്തേക്കു ചെന്നു. കുലനായകനോട് പറഞ്ഞതുപോലെ അയാൾ വെള്ളത്തോടും പറഞ്ഞു: "ഞാൻ ഏറ്റവും ശക്തിയുള്ളതോ മഹത്വമേറിയതോ അല്ല. ഞാൻ നിശ്ചലമായിരിക്കുമ്പോൾ കാറ്റ് വന്ന് എന്നെ ഇളക്കുന്നു. എന്നിൽ തരംഗങ്ങൾ ഉണ്ടാക്കുന്നു. കാറ്റിന് എന്നെക്കാൾ മഹത്വമുണ്ട്," വെള്ളം അറിയിച്ചു.

അങ്ങനെ അയാൾ കാറ്റിനടുത്തേക്കു ചെന്നു. അപ്പോൾ കാറ്റു പറഞ്ഞു: "പർവതമാണ് എന്നേക്കാൾ ശക്തൻ. ഞാൻ എത്രതന്നെ ശക്തിയായി വീശിയാലും അതിനെ ഒരിഞ്ചുപോലും അനക്കാനാവില്ല."

അപ്പോൾ അയാൾ മലയുടെ അടുത്തു ചെന്നു.

മല പറഞ്ഞു: "മറ്റു പലതിനേക്കാളും ഞാൻ ശക്തനാണ് എന്നതു സത്യം. കാറ്റിനു പോലും എന്നെ അടിച്ച് മാറ്റുവാൻ കഴിയില്ല. എന്നാൽ എന്റെ പള്ള തുരക്കാൻ ഒരു എലിക്ക് എപ്പോഴും കഴിയും. ഒരു എലിയുടെ മുമ്പിൽ ഞാൻ അശക്തനാണ്."

പിന്നെ എവിടെയാണ് പോകേണ്ടതെന്ന് അയാൾക്ക് അറിയില്ലായിരുന്നു. അങ്ങനെ അയാൾ വീട്ടിലേക്കു മടങ്ങി. അന്നേരം എന്താണ് കണ്ടത്? പെൺകുട്ടി പിന്നെയും എലിയായി മാറിയിരിക്കുന്നു. അയാൾ അവളെ വിട്ടയച്ചു.

**(അസം)**

# 23

# അടിയുടെ പാടുകൾ

**ഒ**രു കടുവ ഒരു ദിവസം പാടത്തിൽ വെച്ച് ഒരു പോത്തിനെ കണ്ടുമുട്ടി.

"നീ തടിയനും ശക്തനുമാണ്. എന്നിട്ടും നുകത്തിൽക്കെട്ടി നിലം ഉഴുന്നതിന് മനുഷ്യനെപ്പോലെ നിസ്സാരനായ ഒരു ജീവിയെ നീ അനുവദിക്കുന്നു. മനുഷ്യന് നിന്റെമേലുള്ള ശക്തി എന്താണ്?'' കടുവ പോത്തിനോട് ചോദിച്ചു.

"അവന് ബുദ്ധിയുണ്ട്." പോത്തു പറഞ്ഞു.

"എന്താണീ ബുദ്ധി?"

"അതെനിക്കറിയില്ല. പക്ഷേ, എല്ലാ മൃഗങ്ങളേയും അടക്കിവാഴാൻ മനുഷ്യനെ സഹായിക്കുന്നതു ബുദ്ധിയാണെന്ന് ഞാൻ പറഞ്ഞു കേട്ടിട്ടുണ്ട്."

"കുറച്ചു ബുദ്ധി എനിക്കു എവിടുന്ന് കിട്ടും?"

"താങ്കൾക്ക് എന്റെ യജമാനനോടു ചോദിക്കാമല്ലോ. അദ്ദേഹമിതാ വരുന്നു."

പോത്തിന്റെ ഉടമ ഒരു കർഷകനായിരുന്നു. കടുവയെ കണ്ടപാടെ അയാൾ ഞെട്ടിത്തരിച്ചു പോയി. ഓടുന്നതു പന്തിയല്ല. അതിനു വൈകിപ്പോയി എന്നു കണ്ട് അയാൾ നിന്നിടത്തുതന്നെ നിന്നു.

"ഞങ്ങൾ ബുദ്ധിയെപ്പറ്റി സംസാരിക്കുകയായിരുന്നു. അത് എന്താണെന്ന് ഒന്നു പറഞ്ഞുതരാമോ താങ്കൾക്ക്? അത് അൽപ്പമെനിക്ക് തരപ്പെടുത്തിത്തരാമെങ്കിൽ, ഏറെ നന്ന്?" കടുവ പറഞ്ഞു.

"എന്തുകൊണ്ടില്ല?" താൻ ആക്രമിക്കപ്പെടുകയില്ലെന്ന് കണ്ടാശ്വസിച്ച് കർഷകൻ മറുപടി നൽകി. "എന്റെ ബുദ്ധി ഞാൻ വീട്ടിൽ വച്ചിരി

ക്കുകയാണ്. ഞാൻ അത് കുറച്ച് എടുത്തുകൊണ്ടു വരാം, പൊയ്ക്കള യരുത്."

"ഏയ്, ഇല്ലില്ല!" കടുവ പറഞ്ഞു.

"ഞാനില്ലാത്തപ്പോൾ എന്റെ പോത്തിന്റെമേൽ താൻ ചാടിവീഴുക യില്ലെന്നു വിശ്വസിക്കാമോ?"

"ഏയ്, ഇല്ലില്ല!" കടുവ വാക്കു പറഞ്ഞു.

"എന്നിരുന്നാലും തന്നെ ഞാൻ കെട്ടിയിട്ടേച്ച് പോവാം."കർഷകൻ അറിയിച്ചു.

"ഓ, ശരി," കടുവ മുരണ്ടു.

അയാൾ കടുവയെ ഒരു മരത്തിനോട് ചേർത്ത് ഭദ്രമായി കെട്ടി മുറുക്കി.

"ഇനി പോയി അതുകൊണ്ടു വരൂ!"

"വരട്ടെ, എന്റെ ബുദ്ധി എന്റെ കൈയിൽ തന്നെയുണ്ടെന്നാണ് എന്റെ വിശ്വാസം." കർഷകൻ പറഞ്ഞു.

"അതെയോ? എന്നാൽ എനിക്കൊന്നു കാണിച്ചു തരൂ!" കടുവ ഉത്സാഹവാനായി പറഞ്ഞു.

അപ്പോൾ വലിയ ഒരു വടിയെടുത്ത് ആ മനുഷ്യൻ കടുവയെ പൊതിരെ അടിക്കാൻ തുടങ്ങി.

"ഹേ, എന്താണീ ചെയ്യുന്നത്!" കടുവ അലറി വിളിച്ചു.

"ഞാൻ എന്റെ ബുദ്ധി കാണിക്കുകയാണ്." അയാൾ പറഞ്ഞു. "എന്റെ വസ്തുവിൽ വന്നു കേറാതിരിക്കാൻ ഇതു നിന്നെ ഒരു പാഠം പഠിപ്പിക്കും."

കെട്ടുപൊട്ടിച്ചു കടുവ ഓടാൻ തുടങ്ങി. പക്ഷേ, അപ്പോഴേക്കും അതിന് പൊതിരെ തല്ലുകിട്ടിയിരുന്നു. കടുവയ്ക്കുപുറത്ത് കറുത്ത വരകൾ വീണത് അങ്ങനെയെന്നാണ് കഥപറച്ചിലുകാർ പറയുന്നത്. അതായത്, പണ്ടു മനുഷ്യൻ കടുവയെ ബുദ്ധികൊണ്ട് തോൽപ്പിച്ച ദിവസം അതിന് കിട്ടിയ അടിയുടെ പാടുകളാണ് ആ കറുത്ത വരകൾ.

**(വിയത്നാം)**

# 24

# പൂവൻകോഴിയുടെ അടവ്

**ക**ടുത്ത വേനൽച്ചൂട് സഹിക്കാനാവാതെ എല്ലാവരും പരാതി പറഞ്ഞു. ചിലർ സൂര്യന്റെ നേർക്ക് മുഷ്ടിചുരുട്ടിക്കാണിക്കുക പോലും ചെയ്തു. ദേഷ്യം പിടിച്ചിട്ട് സൂര്യൻ ലോകത്തു നിന്നും പിൻവാങ്ങിക്കളഞ്ഞു.

ഭൂമി അതോടെ തണുത്തിരുണ്ടു. ജനങ്ങൾ സൂര്യനോട് ക്ഷമ ചോദിച്ചു. വീണ്ടും പുറത്തുവരാൻ ഇരന്നു പറഞ്ഞു. പക്ഷേ, സൂര്യൻ നിരസിച്ചു. പക്ഷികൾ തങ്ങളുടെ ഒരു ദൂതനെ സൂര്യന്റെ അടുത്തേക്കു പറഞ്ഞയയ്ക്കാൻ തീരുമാനിച്ചു. അതിനായി അവർ പൂവൻകോഴിയെയാണ് തെരഞ്ഞെടുത്തത്.

പൂവൻകോഴി നേരെ സൂര്യന്റെ കൊട്ടാരത്തിലേക്കു ചെന്നു. സൂര്യൻ ആകാശത്തു പ്രത്യക്ഷപ്പെടാത്തതുകാരണം എല്ലാവർക്കുമുണ്ടാകുന്ന വൈഷമ്യങ്ങൾ പൂവൻകോഴി സൂര്യനെ ധരിപ്പിച്ചു. പക്ഷേ സൂര്യൻ അനങ്ങിയില്ല.

"ആകാശത്തിലൂടെ ഞാനിനി ഒരിക്കലും സഞ്ചരിക്കില്ല." അദ്ദേഹം പറഞ്ഞു. "അക്കാര്യം എല്ലാവരോടും പോയി പറയൂ."

"ഞാൻ ഇരുട്ടത്തു തന്നെ വീട്ടിലേക്കു മടങ്ങണമെന്നാണല്ലോ അതിനർഥം." പരാജയം സമ്മതിച്ചുകൊണ്ട് പൂവൻകോഴി പറഞ്ഞു. "കാട്ടുപൂച്ച എനിക്കായി പതിയിരുപ്പുണ്ടെന്ന് തീർച്ച. അവളെന്നെ ആക്രമിക്കുമെങ്കിൽ ഞാൻ കൂവും അപ്പോൾ എന്റെ സഹായത്തിനെത്തണേ."

"പൂവൻകോഴി കുറെ ദൂരം പോയി എന്നിട്ട് തനിക്കാവുന്നത്ര ഉച്ചത്തിൽ കൂവാൻ തുടങ്ങി. സൂര്യൻ തിടുക്കത്തിൽ പുറത്തു ചാടി.

പൂവൻകോഴിയെ തിരഞ്ഞ് ആകാശത്തുകൂടി സഞ്ചരിച്ചു. എന്നാൽ ആ പക്ഷിയെ എങ്ങും കാണ്മാനുണ്ടായിരുന്നില്ല. പൂവൻകോഴി എവിടെയോ ഒളിച്ചിരിക്കുകയായിരുന്നു. പുലർച്ചയ്ക്ക് കോഴി കൂവുമ്പോൾ സൂര്യൻ ഇപ്പോഴും പുറത്തുവരുന്നുണ്ട്. ആകാശത്തിലൂടെ അന്വേഷണം തുടരുന്നു. എന്നാൽ പൂവൻകോഴിയെ കണ്ടുമുട്ടുന്നുമില്ല."

**(നാഗാലാന്റ്)**

# 25

## പ്രാവിന്റെ മുട്ട: ചങ്ങലക്കഥ

**കൊ**ല്ലന്റെ വീടിന് മുമ്പിലെ വന്മരത്തിന്റെ പൊത്തിൽ പ്രാവ് ഒരു മുട്ടയിട്ടു. പ്രാവ് കൂട്ടിൽ നിന്നും ഇരതേടി പറന്നു പോയപ്പോൾ കൊല്ലന്റെ ഭാര്യ ആ മുട്ട കട്ടെടുത്തു.

കൂട്ടിലേക്കു മടങ്ങി വന്ന പ്രാവ് മുട്ട കാണാതായത് കണ്ടു. കൊല്ലപ്പണിക്കാരന്റെ ഭാര്യ തന്നെയാവണം മുട്ടയെടുത്തതെന്ന് പ്രാവ് മനസിലാക്കി. അവൾ അങ്ങനെ ആ സ്ത്രീയുടെ അടുത്തു ചെന്ന് അപേക്ഷിച്ചു,

"എന്റെ മുട്ട മടക്കിത്തരൂ, ദയവായി." അതേക്കുറിച്ച് യാതൊന്നുമറിയില്ലെന്ന് നടിച്ച കൊല്ലപ്പണിക്കത്തി പറഞ്ഞു: " ഏതു മുട്ടയെക്കുറിച്ചാണ് നീ പറയുന്നത്? ഞാൻ ഒരു മുട്ടയും കണ്ടില്ല."

ഹൃദയംപൊട്ടി കരഞ്ഞുകൊണ്ട് പ്രാവ് സഹായം തേടി പറന്നു. വഴിക്കുവെച്ച് അവൾ ഒരു പന്നിയെ കണ്ടു. "ചെറുകിളിയേ, നീ എന്തിനാ കരയുന്നേ?"

അവൾ പറഞ്ഞു, "പന്നിക്കുട്ടാ, എന്നെ സഹായിക്കാമോ? എന്റെ മുട്ട കട്ടെടുത്ത കൊല്ലപ്പണിക്കത്തിയുടെ ചേനയെല്ലാം കുഴിച്ചു മറിക്കാമോ നിനക്ക്?"

"ഇല്ല, ഞാനില്ല" അമറിമുരണ്ടുകൊണ്ട് പന്നി നടന്നകന്നു.

പിന്നെയവൾ ഒരു വേട്ടക്കാരനെ കണ്ടു. അയാൾ ചോദിച്ചു, "നീയെന്തിനാ ഇങ്ങനെ കണ്ണീരൊലിപ്പിക്കുന്നത് ചെറുകിളിയേ?"

പക്ഷി പറഞ്ഞു, "എന്റെ മുട്ട കട്ടെടുത്ത കൊല്ലപ്പണിക്കത്തിയുടെ ചേനകൾ കുഴിച്ചു മറിക്കാത്ത പന്നിയെ അമ്പെയ്തു വീഴ്ത്താമോ നീ."

"ഞാനെന്തിനതു ചെയ്യണം? എന്നെ ഇതിൽ നിന്നും വിട്ടേക്കൂ." അതുപറഞ്ഞ് വേട്ടക്കാരൻ നടന്നുമറഞ്ഞു.

കുറെക്കൂടി കണ്ണീരുപൊഴിച്ചു കൊണ്ട്, ഒരു എലിയെ കണ്ടുമുട്ടും വരെ പ്രാവ് നടന്നു. കരയുന്നതെന്തിനെന്ന് എലിയും ചോദിച്ചു, എലിയോട് പ്രാവ് പറഞ്ഞു: "എന്റെ മുട്ട കട്ടെടുത്ത കൊല്ലപ്പണിക്കത്തിയുടെ ചേനകൾ കിളച്ചു മറിക്കാത്ത പന്നിയെ അമ്പെയ്തു വീഴ്ത്താത്ത വേട്ടക്കാരന്റെ വില്ലിലെ ഞാൺ കാർന്നു പൊട്ടിക്കാമോ തനിക്ക്?"

എലിയും പറഞ്ഞു: "ഞാനില്ല." അതും അതിന്റെ വഴിയേ പോയി.

അടുത്തതായി അവൾ കണ്ടത് ഒരു പൂച്ചയെയാണ്. "എന്താകാര്യം, ചെറുകിളിയേ? പൂച്ച ചോദിച്ചു.

"എന്റെ മുട്ട മോഷ്ടിച്ച കൊല്ലപ്പണിക്കത്തിയുടെ ചേനകൾ നശിപ്പിക്കാത്ത പന്നിയെ അമ്പെയ്യാത്ത വേട്ടക്കാരന്റെ വില്ലിലെ ഞാൺ കാർന്നു മുറിക്കാത്ത എലിയെ പിടിക്കുമോ നീ?"

സ്വന്തം കാര്യം നോക്കുന്നതിലായിരുന്നു പൂച്ചയ്ക്കു താൽപ്പര്യം.

പാവം പ്രാവ് കോപമോ ദു:ഖമോ താങ്ങാനാവാതെ പിടഞ്ഞു. അവളുടെ നിലവിളി അതുവഴി കടന്നുപോയ ഒരു നായയുടെ ശ്രദ്ധയാകർഷിച്ചു. പ്രാവിനെ അലോസരപ്പെടുത്തുന്ന കാര്യമെന്തെന്ന് പട്ടി ചോദിച്ചു.

"എന്റെ മുട്ട മോഷ്ടിച്ച കൊല്ലപ്പണിക്കത്തിയുടെ ചേനകൾ കുഴിച്ചു മറിക്കാത്ത പന്നിയെ അമ്പെയ്യാത്ത വേട്ടക്കാരന്റെ വില്ല് ഞാൺ കടിച്ചു മുറിക്കാത്ത എലിയെ പിടിക്കാത്ത പൂച്ചയെ കടിക്കുമോ നീ?"

"ഇല്ല, ഞാനില്ലേ." എന്നു പറഞ്ഞുകൊണ്ട് പട്ടി ഓടിപ്പോയി.

പ്രാവിന്റെ നിലവിളി കൂടുതൽ കൂടുതൽ ഉച്ചത്തിലായി.

നീണ്ട വെള്ളത്താടിയുള്ള ഒരു കിഴവൻ അപ്പോൾ അതുവഴി വന്നു. കരയുന്ന കിളിയെ കണ്ടപ്പോൾ അദ്ദേഹം കാര്യം തിരക്കി. അവൾ പറഞ്ഞു: "അപ്പൂപ്പാ, എന്റെ മുട്ട കട്ടെടുത്ത കൊല്ലപ്പണിക്കത്തിയുടെ ചേനകൾ ഉഴുതുമറിക്കാത്ത പന്നിയെ അമ്പെയ്യാത്ത വേട്ടക്കാരന്റെ വില്ല് തകർക്കാത്ത എലിയെ പിടിക്കാത്ത പൂച്ചയെ കടിക്കാത്ത പട്ടിയെ അടിക്കാമോ താങ്കൾക്ക്?"

അങ്ങനെയുള്ളതെന്തെങ്കിലും ചെയ്യാൻ മനസില്ലായിരുന്ന കിഴവൻ തലയാട്ടി തന്റെ വഴിയേ നടന്നു പോയി.

അടുത്തതായി പ്രാവ് സഹായത്തിനായി തീയുടെ അടുത്തു ചെന്നിട്ട് വൃദ്ധന്റെ വെള്ളത്താടി കരിച്ചുകളയണമെന്ന് അഭ്യർഥിച്ചു. എന്നാൽ തീ അതു ചെയ്തില്ല. പിന്നീട് പ്രാവ് വെള്ളത്തിനടുത്തു ചെന്നിട്ട് തന്റെ മുട്ട കട്ടെടുത്ത കൊല്ലത്തിയുടെ ചേനകൾ കിളച്ചു മറിക്കാത്ത പന്നിയെ അമ്പെയ്യാത്ത വേട്ടക്കാരന്റെ വില്ല് തകർക്കാത്ത എലിയെ പിടിക്കാത്ത പൂച്ചയെ കടിക്കാത്ത പട്ടിയെ അടിക്കാത്ത അപ്പൂപ്പന്റെ വെള്ളത്താടി കരിക്കാത്ത തീയെ അണയ്ക്കുവാൻ ആവശ്യപ്പെട്ടു. വെള്ളത്തിനും സഹായിക്കുവാൻ മനസില്ലായിരുന്നു.

അധികം കഴിഞ്ഞില്ല. പ്രാവ് ഒരു ആനയെ കണ്ടുമുട്ടി.

പറഞ്ഞതു ചെയ്യാൻ വിസമ്മതിച്ച വൃദ്ധന്റെ താടി കരിക്കാൻ കൂട്ടാക്കാത്ത തീയെ അണയ്ക്കുവാൻ മടിച്ച വെള്ളത്തെ കലക്കുവാൻ ആവുമോ എന്ന് അതു ആനയോട് തിരക്കി.

ആന പറഞ്ഞു, "ഇല്ല, ഞാനില്ല." ചുറ്റും നോക്കിയ പ്രാവ് അപ്പോൾ ഒരു കട്ടുറുമ്പിനെ കണ്ടു. എന്താണ് അവളെ കുഴയ്ക്കുന്നതെന്ന് ഉറുമ്പും പ്രാവിനോട് ചോദിച്ചു.

"ഉറുമ്പേ! നിനക്കെന്നെ സഹായിക്കാനാവുമെന്ന് എനിക്കറിയാം. എന്റെ മുട്ട കട്ടെടുത്ത കൊല്ലത്തിയുടെ ചേനകൾ കിളച്ചു മറിക്കാത്ത പന്നിയെ അമ്പെയ്യാത്ത വേട്ടക്കാരന്റെ വില്ല് തകർക്കാത്ത എലിയെ പിടിക്കാത്ത പൂച്ചയെ കടിക്കാത്ത പട്ടിയെ അടിക്കാത്ത അപ്പൂപ്പന്റെ വെള്ളത്താടി കരിക്കാത്ത തീയെ കെടുത്താത്ത വെള്ളത്തെ കലക്കി മറിക്കാത്ത ആനയുടെ തുമ്പിക്കയ്യിൽ കൂടി കയറി അതിനെ കടിക്കാമോ നിനക്ക്?"

"എന്തു കൊണ്ടില്ല? ഞാനിതാ പോകുന്നു." എന്ന് പറഞ്ഞു കൊണ്ട് ഉറുമ്പ് ആനയുടെ തുമ്പിക്കയ്യിൽ ഇഴഞ്ഞു കയറി. അതിന്റെ ഏറ്റവും മൃദുവായ ഭാഗത്ത് ശക്തിയായി കടിച്ചു. അതോടെ ആന ജലാശയത്തിലേയ്ക്കു ചാടിപ്പോവുകയും വെള്ളം കലക്കി മറിക്കുകയും ചെയ്തു. ചിതറിത്തെറിച്ച വെള്ളം തീയെ അണയ്ക്കുവാൻ തുടങ്ങി. ഭ്രാന്ത് പിടിച്ച മാതിരി തീ ചെന്ന് കിഴവന്റെ വെള്ളത്താടി കരിച്ചു. കിഴവനാകട്ടെ പട്ടിയെ തല്ലുവാൻ തുടങ്ങി. പട്ടി പൂച്ചയുടെ പിറകെ ഓടി അതിനെ കടിച്ചു. പൂച്ച എലിയെ പിടിക്കുവാനൊരുങ്ങുകയും എലി വേട്ടക്കാരന്റെ വില്ലിലെ ഞാൺ കടിച്ചു മുറിക്കുകയും ചെയ്തു. പുതിയ ഒരു ഞാൺ വലിച്ചു കെട്ടി വേട്ടക്കാരനാകട്ടെ പന്നിയുടെ നേർക്ക് അമ്പ് തൊടുത്തു. പന്നി ചെന്ന് കൊല്ലപ്പണിക്കത്തിയുടെ ചേനയെല്ലാം ഉഴുതു മറിച്ചു.

കൊല്ലപ്പണിക്കാരന്റെ ഭാര്യ താൻ ചെയ്യേണ്ടതെന്താണെന്ന് ഉടൻതന്നെ മനസിലാക്കി. ആ വന്മരത്തിന്റെ പൊള്ളയിലുണ്ടായിരുന്ന കൂട്ടിനകത്ത് അവൾ മുട്ട വളരെ ശ്രദ്ധയോടെ തിരികെ വെച്ചു.

അങ്ങനെയാണ് പ്രാവിന് മുട്ട തിരികെ കിട്ടിയത്.

**(കേരളം)**

# 26

# ചിലന്തിയമ്മാവൻ

**ഒ**രു കഴുതപ്പുലിയും കുഞ്ഞുങ്ങളും കൂടി മാളത്തിൽ താമസിക്കുകയായിരുന്നു. ഒരു ദിവസം കഴുതപ്പുലി പുറത്തുപോയ സമയത്ത് ഒരു ചിലന്തി മാളത്തിനുള്ളിലേക്കു കടന്നുവന്നു. അനാൻസിസ് എന്നായിരുന്നു ആ ചിലന്തിയുടെ പേര്. "കുഞ്ഞുങ്ങളേ, ഞാൻ നിങ്ങൾക്കെല്ലാവർക്കും അമ്മാവനാണ്. അമ്മ ഭക്ഷണവും കൊണ്ട് വരുമ്പോൾ എന്നെ ഉണർത്തണേ," അതും പറഞ്ഞ് ചിലന്തിയമ്മാവൻ ഒരു മൂലയ്ക്ക് ചുരുണ്ടുകൂടി ഉറങ്ങുവാൻ തുടങ്ങി.

കുറച്ചുനേരം കഴിഞ്ഞപ്പോൾ ഇറച്ചിത്തുണ്ടങ്ങളുമായി കഴുതപ്പുലി വന്നു. എന്നിട്ട് കുഞ്ഞുങ്ങളെ വിളിച്ചുകൊണ്ട് പറഞ്ഞു: "ഇത് നിങ്ങൾക്കെല്ലാവർക്കുമാണ്."

കഴുതപ്പുലിയുടെ കുഞ്ഞുങ്ങൾ ചിലന്തിയെ വിളിച്ചുണർത്തിയിട്ട് ഇറച്ചികൊടുത്തു. അതു മുഴുവൻ അവൻ വിഴുങ്ങി.

ആ കഴുതപ്പുലിത്തള്ള രണ്ട് തവണകൂടി അങ്ങനെ ഇറച്ചികൊണ്ടുവന്നു. ഓരോ തവണയും കുഞ്ഞുങ്ങൾക്ക് കൊടുക്കുമ്പോൾ അതു പറയും: "ഇത് നിങ്ങൾക്കെല്ലാവർക്കുമാണ്." തങ്ങളുടെ കടമ നിർവഹിക്കുകയാണെന്ന് വിചാരിച്ചുകൊണ്ട്, ഓരോ പ്രാവശ്യവും കുഞ്ഞുങ്ങൾ അനാൻസിസിനെ വിളിച്ചുണർത്തി ഇറച്ചികൊടുത്തു.

വൈകുന്നേരം തള്ള മടങ്ങിയെത്തിയപ്പോൾ കുഞ്ഞുങ്ങൾ ഭക്ഷണത്തിനായി നിലവിളിക്കുവാൻ തുടങ്ങി.

"ഇത്രയും മാംസം ഞാൻ തന്നിട്ടും ഇനിയും വിശപ്പോ?" അത്ഭുതത്തോടെ തള്ള ചോദിച്ചു.

"അതെല്ലാം അമ്മാവൻ തിന്നു," അവ കരഞ്ഞുവിളിച്ചുകൊണ്ട് പറഞ്ഞു. കടന്നുകളയാൻ പറ്റിയ സമയമാണെന്നറിഞ്ഞു ചിലന്തിയമ്മാവൻ പുറത്തു ചാടി ഓടി.

"അതാണ് എല്ലാവർക്കുമമ്മാവൻ" കുഞ്ഞുങ്ങൾ വിളിച്ചുകൂവി.

"അതേയോ?" അങ്ങനെ പറഞ്ഞുകൊണ്ട് കഴുതപ്പുലിത്തള്ള ചിലന്തിയുടെ പുറകെ ഓടുവാൻ തുടങ്ങി. അനാൻസിസ് ഒരു പട്ടിയുടെ വീട്ടിനുള്ളിലേക്ക് ഓടിക്കയറി അവന്റെ അരികിലിരുന്നു.

"ഞാനിപ്പോ ഭക്ഷണം കഴിച്ചതേയുള്ളൂ, പട്ടി അറിയിച്ചു. താങ്കൾക്ക് തരുവാനൊന്നുമില്ല."

"ഓ സാരമില്ല. ഞാൻ നേരത്തെ കഴിച്ചു. അതു കൊണ്ടാണിപ്പോൾ ഇവിടെ എത്തിയത്."

അപ്പോഴേക്കും കഴുതപ്പുലി അവിടെയെത്തി.

"നിങ്ങളിൽ ഏതു തെമ്മാടിയേയാണ് ഞാൻ പിന്തുടർന്നത്?" കഴുതപ്പുലി ചോദിച്ചു.

ചിലന്തിയമ്മാവൻ പട്ടിയെ ചൂണ്ടിക്കാണിച്ചു: "അവൻ ഓട്ടമായിരുന്നു. നാക്കും തൂക്കിയിട്ട് കിതയ്ക്കുന്നതുകണ്ടില്ലേ?"

കഴുതപ്പുലി പട്ടിയുടെമേൽ ചാടിവീണു. കുതറിമാറിക്കൊണ്ട് പട്ടി ജനലിലൂടെ പുറത്തുചാടി. കഴുതപ്പുലി അവനെ പിന്തുടർന്നു. പട്ടി മടങ്ങിയെത്തുവാൻ ഒരു പാട് നേരമെടുക്കുമെന്നറിഞ്ഞുകൊണ്ട് ചിലന്തിയമ്മാവൻ അവന്റെ കിടക്കയിൽ വീണ് ഒന്നു മയങ്ങി.

## കുറിപ്പ്

പടിഞ്ഞാറൻ ആഫ്രിക്കയിലെ മിക്ക കഥകളിലും ചിലന്തി നായകനാണ്. ചിലന്തി എന്തുകൊണ്ടാണിങ്ങനെ ആദരിക്കപ്പെടുന്നതെന്ന് ആർക്കും അറിയില്ല. പണ്ടുകാലത്തെ ഏതോ യോദ്ധാവിനെ ചിലന്തി പ്രതിനിധീകരിക്കുന്നുവെന്ന് ചിലർ പറയുന്നു. ധീരതയ്ക്കും കൗശലത്തിനും പേരുകേട്ട ഒരു യോദ്ധാവിനെ. ചിലർ ചിലന്തി ഒരു സൂര്യ ബിംബമാണെന്ന് കരുതിപ്പോരുന്നു. സൂര്യരശ്മികളെപ്പോലെയാണല്ലോ അതിന്റെ കാലുകൾ പൊട്ടിപ്പരന്നിരിക്കുന്നത്.

**(നൈജീരിയ)**

# 27

# സ്ത്രീധനം

**നാ**ലുപേർ തന്റെ ആസ്ഥാനത്തേക്ക് വരുന്നത് മഹാദേവൻ കണ്ടു.

"അവർ എന്റെ സഹോദരന്മാരാണ്, അവർ ദഹേജ് (വധുപ്പണം) വാങ്ങുവാൻ വരികയാണ്," അയാളുടെ ഭാര്യ പാർവതി പറഞ്ഞു.

അളിയന്മാരെ സ്വാഗതം ചെയ്തിരുത്തിയിട്ട് മഹാദേവൻ അവർക്ക് തിന്നാനും കുടിക്കാനും കൊടുത്തു. സ്ത്രീധനത്തെക്കുറിച്ച് അവർ സംസാരിക്കുവാൻ തുടങ്ങിയപ്പോൾ തന്റെ പക്കൽ ആകെയുള്ളത് ഒരു ഖപ്പറും (പൊട്ടിയ മൺകുടം) നന്ദി എന്നുപേരുള്ള ഒരു കാളയുമാണെന്ന് അയാൾ അറിയിച്ചു. "അവയിൽ ഒന്ന് എടുത്തുകൊള്ളൂ." അയാൾ പറഞ്ഞു.

നന്തിയെയാണ് സഹോദരന്മാർ എടുത്തത്.

നന്തിയെ നല്ലവണ്ണം പരിപാലിക്കണമെന്നും അത് നിങ്ങളെ ധനികരാക്കുമെന്നും പറഞ്ഞ് പാർവതി അവരെ യാത്രയാക്കി.

"അവന്റെ ആ മുഴ നോക്കൂ," അവൾ പറഞ്ഞു.

തങ്ങളെ നന്തി എങ്ങനെയാണ് ധനികരാക്കുകയെന്ന് വീട്ടിൽ മടങ്ങിയെത്തിയ സഹോദരന്മാർക്ക് സംശയമായി.

"അവന്റെ മുഴയ്ക്കുള്ളിൽ രത്നക്കല്ലുകളായിരിക്കാം." സഹോദരന്മാരിൽ ഒരുവൻ പറഞ്ഞു, "ഇല്ലെങ്കിൽ പാർവതി അതിലേക്കു നമ്മുടെ ശ്രദ്ധ തിരിക്കുകയില്ലായിരുന്നു."

അവർ മൃഗത്തെ കൊന്നു. രത്നങ്ങളൊന്നും കിട്ടാത്തതിൽ അവർ നന്നേ നിരാശരായി.

പാർവതി കോപിഷ്ഠയായി.

"എടാ മണ്ടന്മാരേ!" അവൾ പറഞ്ഞു, "നന്തി എത്ര ആരോഗ്യവാനാണ് എന്നു കാണിക്കുവാനാണ് ഞാൻ അവന്റെ മുഴ ചൂണ്ടിക്കാണി

ച്ചത്. നിലം ഉഴാൻ നിങ്ങൾ അവനെ ഉപയോഗിച്ചിരുന്നുവെങ്കിൽ നല്ല വിളകിട്ടുകയും നിങ്ങൾ ധനികരാവുകയും ചെയ്യുമായിരുന്നു. ആ മൃഗത്തെ കൊന്നതിന് നിങ്ങൾക്കിനി വലിയ വില കൊടുക്കേണ്ടി വരും."

തന്റെ കോപമെല്ലാം തീർത്തിട്ട്, താനിനി ഒരിക്കലും അവരെ കാണുകയില്ലെന്ന് പറഞ്ഞുകൊണ്ട് പാർവതി അവിടം വിട്ടുപോയി.

തങ്ങളുടെ മുൻഗാമികളായ ഈ നാലുപേരുടേയും മണ്ടത്തരത്താലാണ് തങ്ങൾക്ക് ദാരിദ്ര്യമുണ്ടായതെന്ന് ഭിൽ എന്ന ആദിവാസികൾ വിശ്വസിക്കുന്നു.

**(ആദിവാസി നാടോടിക്കഥ)**

# 28

## ഉദാരവാനായ വിദ്യാർഥി

**ലി**ൻ പിയാവോ മിക്ക ദിവസവും ക്ലാസിൽ ഉണ്ടാകാറില്ല. ഏതായാലും അവനെ സ്കൂളിൽ നിന്നും പുറത്താക്കാൻ തന്നെ പ്രിൻസിപ്പൽ തീരുമാനിച്ചു. അങ്ങനെ ഒരു ദിവസം അദ്ദേഹം അവനെ വിളിപ്പിച്ചു.

പ്രിൻസിപ്പൽ ഉച്ചയൂണിനിറങ്ങുന്ന സമയത്താണ് ലിൻ ചെന്നത്.

"വരേണ്ട സമയം ഇതാണോ?" പ്രിൻസിപ്പൽ കാർക്കശ്യത്തോടെ ചോദിച്ചു.

"ക്ഷമിക്കണം, സർ," ലിൻ പറഞ്ഞു. "ഇന്നു ഞാൻ താമസിച്ചാ വന്നത്. ഞങ്ങളുടെ നിലത്തിൽ നിന്നും എനിക്ക് ഒരു കൂന സ്വർണം കളഞ്ഞുകിട്ടി, കേട്ടോ."

"ഒരു കൂമ്പാരം സ്വർണമോ!" കണ്ണുതള്ളിക്കൊണ്ട് പ്രിൻസിപ്പൽ ചോദിച്ചു. "ഹൊ! നീ അതുകൊണ്ട് എന്തുചെയ്യാൻ പോവുകാ!"

"കൊട്ടാരം പോലുള്ള ഒരു വീടുവെയ്ക്കുവാൻ ഞാൻ തീരുമാനിച്ചു. കൂടാതെ ഒരുപാട് ഏക്കർ ഭൂമിയും നിരവധി കന്നുകാലികളേയും കൂടി വാങ്ങിക്കും." വിദ്യാർഥി പറഞ്ഞു, "എന്നെ വിദ്യ അഭ്യസിപ്പിക്കുന്ന കാര്യത്തിൽ താങ്കൾ സഹിച്ച ക്ലേശങ്ങളുടെ പേരിൽ ഒരു തുക അവിടുത്തേക്ക് തരാനും ഞാൻ തീരുമാനിച്ചിട്ടുണ്ട്."

പ്രിൻസിപ്പലിന് വലിയ സന്തോഷമായിപ്പോയി. ഭക്ഷണം കഴിക്കാനായി അദ്ദേഹം ലിന്നിനെ ക്ഷണിച്ചു. കുട്ടി എല്ലാം വാരിവലിച്ച് തിന്നു. പ്രിൻസിപ്പലാകട്ടെ ഭക്ഷണം തൊട്ടതുമില്ല. ലിൻ തനിക്കു എത്രയാകും തരിക എന്ന് അദ്ദേഹം ആശ്ചര്യപ്പെടുകയായിരുന്നു. താൻ കുറച്ചുനാളായി ആഗ്രഹിക്കുന്ന ആ കൊച്ചുനിലം വാങ്ങിക്കുവാൻ അതു തികയുമോ?

"സ്വർണം സുരക്ഷിതമായ ഒരു സ്ഥാനത്തുതന്നെ താൻ വച്ചിട്ടു

ണ്ടാകുമെന്ന് ഞാൻ പ്രതീക്ഷിക്കുന്നു," സങ്കൽപ്പലോകത്തു നിന്നും പുറത്തുവന്നുകൊണ്ട് പ്രിൻസിപ്പൽ പെട്ടെന്ന് ചോദിച്ചു.

"എനിക്കതു സാധിച്ചതേയില്ല," ലിൻ പറഞ്ഞു. "അമ്മ എന്നെ കുലുക്കിയുണർത്തിയ നിമിഷംതന്നെ അതു അപ്രത്യക്ഷമാവുകയാണ് ചെയ്തത്."

"എന്ത്!" പ്രിൻസിപ്പൽ അലറി. "എല്ലാം സ്വപ്നമായിരുന്നെന്നോ!"

വിദ്യാർഥി തലകുലുക്കി.

വളരെ പണിപ്പെട്ടിട്ടാണ് പ്രിൻസിപ്പൽ സ്വയം നിയന്ത്രിച്ചത്.

"സ്വപ്നത്തിൽ എന്നെയും ഓർമിച്ചതിൽ സന്തോഷമുണ്ട്." അവ

സാനമായി അദ്ദേഹം പറഞ്ഞു. "നിനക്ക് കുറച്ച് സ്വർണം ശരിക്കും ലഭിക്കുമ്പോൾ നീ എന്നെ ഓർമിക്കുമെന്ന് ഞാൻ കരുതുന്നു. ഇപ്പോൾ പോയാലും."

താൻ അവനെ ആളയച്ച് വിളിപ്പിച്ചതെന്തിനാണെന്ന കാര്യം അവൻ പൊയ്ക്കഴിഞ്ഞപ്പോഴാണ് പ്രിൻസിപ്പൽ ഓർത്തത്.

**(ചൈന)**

# 29

# മൂന്ന് ശിക്ഷയും ഒരുമിച്ച്

**ഒ**രു ചാക്ക് ഉള്ളി മോഷ്ടിച്ച ഒരാളെ കയ്യോടെ പിടികൂടി ജഡ്ജിയുടെ മുന്നിൽ ഹാജരാക്കി.

മൂന്നുതരം ശിക്ഷയുള്ളതിൽ ഇഷ്ടമുള്ളത് തെരഞ്ഞെടുത്തോളു എന്ന് ജഡ്ജി പറഞ്ഞു. മോഷ്ടിച്ച ഉള്ളി മുഴുവനും ഒറ്റയിരുപ്പിൽ തിന്നു തീർക്കുക; ചാട്ടകൊണ്ടുള്ള നൂറ് അടിക്കു വിധേയനാവുക; അതുമല്ലെങ്കിൽ പിഴയൊടുക്കുക.

കള്ളൻ ഉള്ളി തിന്നോളാമെന്ന് പറഞ്ഞു. വലിയ ആത്മവിശ്വാസത്തോടെ തിന്നു തുടങ്ങുകയും ചെയ്തു. എന്നാൽ കുറെ തിന്നു കഴിഞ്ഞപ്പോഴേക്കും അയാളുടെ കണ്ണുകൾ എരിയുവാൻ തുടങ്ങി. മൂക്കിൽകൂടി ഒലിച്ചിറങ്ങുകയും വായ്ക്കകത്ത് തീ പിടിച്ചതുപോലെ അനുഭവപ്പെടുകയും ചെയ്തു.

"എനിക്ക് ഉള്ളി തിന്നാൻ കഴിയില്ല," അയാൾ പറഞ്ഞു. "പകരം എന്നെ അടിച്ചോളൂ, ചാട്ടകൊണ്ട്."

കുറച്ച് അടികൾ കിട്ടിക്കഴിഞ്ഞപ്പോഴേക്കും അയാൾ അടിഒഴിവാക്കാനായി തിരിയാനും മറിയാനും തുടങ്ങി.

"എനിക്കു താങ്ങാൻ മേല!" അയാൾ വിളിച്ചു പറഞ്ഞു. "ഞാൻ പിഴ ഒടുക്കിക്കൊള്ളാമേ."

അങ്ങനെ അയാൾ പിഴ ഒടുക്കുകയും അതോടെ വിട്ടയയ്ക്കപ്പെടുകയും ചെയ്തു. എന്നാൽ ഒരു കുറ്റത്തിന് മൂന്ന് ശിക്ഷയും അനുഭവിച്ചയാൾ എന്ന നിലയ്ക്ക് അയാൾ നഗരത്തിൽ പരിഹാസപാത്രമായി.

പാഠം: ചിന്തിക്കാതെ എന്തെങ്കിലും പറയുന്നത് കുഴപ്പം ഇരട്ടിയോ മുന്നിരട്ടിയോ ആക്കിയേക്കും.

**(ഊരറിയാക്കഥ)**

# 30

# ബുദ്ധിമാനായ കർഷകൻ

**നാ**ട്ടിൻപുറത്തുകൂടി കുതിരപ്പുറത്ത് സഞ്ചരിക്കുകയായിരുന്നു ഒരു രാജാവ്. അദ്ദേഹം ഒരു കൃഷിക്കാരനെ കണ്ടുമുട്ടി. പ്രജാക്ഷേമതൽപ്പരനായിരുന്ന അദ്ദേഹം ആ കൃഷിക്കാരനോട് തന്റെ സമ്പാദ്യം എത്രയാണെന്ന് തിരക്കി.

"ദിനംപ്രതി നാല് നാണയങ്ങൾ, പ്രഭോ," ആ മനുഷ്യൻ പറഞ്ഞു.

"ആ നാല് നാണയങ്ങളും നീ എങ്ങനെയാണ് ചെലവഴിക്കുക?"

"ഒന്ന് ഞാൻ സ്വയം എടുക്കുന്നു. മറ്റൊന്ന് നന്ദിയുടെ പേരിൽ കൊടുക്കുന്നു. ഒരെണ്ണം തിരികെ കൊടുക്കുകയും ഇനിയത്തേത് പലിശയ്ക്ക് കൊടുക്കുകയും ചെയ്യുന്നു."

ചിന്താക്കുഴപ്പത്തിലായ രാജാവ് അയാളോട് വിശദീകരണം തേടി: "ഒരു ഭാഗം ഞാൻ എനിക്കു വേണ്ടി തന്നെ ചെലവാക്കുന്നു. അയാൾ വിശദീകരിച്ചു. "വീട്ടിലെ കാര്യങ്ങളൊക്കെ നോക്കുന്നതിന്റെ പേരിൽ ഭാര്യയോടുള്ള നന്ദി സൂചകമായി ഒരു ഭാഗം ഞാൻ അവൾക്കു കൊടുക്കുന്നു. എനിക്കുവേണ്ടി പലതും ചെയ്തതിന്റെ പ്രത്യുപകാരമായി എന്റെ വൃദ്ധരായ മാതാപിതാക്കൾക്ക് ഒരു ഭാഗം തിരികെ നൽകുന്നു. എന്നെയും എന്റെ ഭാര്യയെയും ഞങ്ങളുടെ വയസുകാലത്ത് പരിപാലിച്ചുകൊണ്ട് എല്ലാം പലിശസഹിതം തിരിച്ച് നൽകുമെന്ന പ്രതീക്ഷയിൽ ഒരു ഭാഗം ഞാൻ എന്റെ മക്കൾക്കു വേണ്ടിയും ചെലവഴിക്കുന്നു."

"എന്നെ നീ നല്ലൊരു കടങ്കഥ പഠിപ്പിച്ചിരിക്കുകയാണല്ലോ." രാജാവ് പറഞ്ഞു, "എന്റെ മുഖം ഒരു നൂറ് തവണ കാണുന്നവരേക്കെങ്കിലും ഈ കടങ്കഥയുടെ ഉത്തരം താൻ രഹസ്യമായി തന്നെ വെച്ചിരിക്കണം."

"തീർച്ചയായും." കൃഷിക്കാരൻ പറഞ്ഞു.

അന്നു വൈകുന്നേരംതന്നെ രാജാവ് തന്റെ സഭാവാസികളോട് ഈ കടങ്കഥ ചോദിച്ചു. തന്റെ ചോദ്യത്തിന് മറുപടിയായി കർഷകൻ പറഞ്ഞതെന്തായിരുന്നെന്ന് വിശദമാക്കിക്കൊണ്ട് അയാൾ അതുകൊണ്ട് ഉദ്ദേശിച്ചത് എന്തായിരുന്നെന്ന് വിശദീകരിക്കണമെന്നായിരുന്നു രാജാവ് ആവശ്യപ്പെട്ടത്. സഭാവാസികൾക്കറിയില്ലായിരുന്നു. എന്നാൽ അവരിലൊരാൾ ഇരുപത്തിനാല് മണിക്കൂറിനുള്ളിൽ മറുപടി നൽകാമെന്ന് രാജാവിനെ അറിയിക്കുകയുണ്ടായി.

അയാൾ കൃഷിക്കാരനെ അന്വേഷിച്ച് കണ്ടുപിടിച്ചു. രാജാവ് സംസാരിച്ചിരുന്ന അതേ കൃഷീവലൻ തന്നെയായിരുന്നു അത്. കടങ്കഥയുടെ ഉത്തരമെന്തെന്ന് അയാൾ കൃഷിക്കാരനോട് ചോദിച്ചു. ഉത്തരം പറയാൻ ആദ്യം കൃഷിക്കാരൻ വിസമ്മതിച്ചു. ഒരു സഞ്ചിനിറയെ നാണയങ്ങൾ നൽകാമെന്നായപ്പോൾ ഒടുവിൽ കൃഷിക്കാരൻ സമ്മതിച്ചു. സഭാവാസി മടങ്ങിവന്ന് രാജാവിനോട് ഉത്തരം പറഞ്ഞപ്പോൾ മൗനംപാലിക്കാമെന്ന വാഗ്ദാനം കൃഷിക്കാരൻ ലംഘിച്ചിട്ടുണ്ടാകുമെന്ന് രാജാവ് ഊഹിച്ചു.

രാജാവ് ആ മനുഷ്യനെ ആളയപ്പിച്ചു വരുത്തി. വാക്കു ലംഘിച്ചതെന്താണെന്ന് ചോദിച്ചു.

"എന്റെ മുഖം നൂറ് തവണയെങ്കിലും കാണുന്നതുവരെ ഉത്തരം പുറത്തു വിടരുതെന്ന് ഞാൻ ആവശ്യപ്പെട്ടിട്ടുണ്ടായിരുന്നില്ലേ?"

"ഉത്തരം പറയുന്നതിന് മുമ്പ് അങ്ങയുടെ മുഖം ഞാൻ നൂറു തവണ കാണുകതന്നെ ചെയ്തു, പ്രഭോ." കൃഷിക്കാരൻ മറുപടി നൽകി. "അയാൾ എനിക്കു നൂറ് നാണയങ്ങളടങ്ങിയ സഞ്ചിയായിരുന്നു തന്നത്. അവയോരോന്നിലും താങ്കളുടെ മുഖം ഉണ്ടായിരുന്നു."

കൃഷീവലന്റെ പ്രതിഭയിൽ ആകൃഷ്ടനായ രാജാവ് അദ്ദേഹത്തിന് കണക്കറ്റ് സമ്മാനങ്ങളും നൽകി.

**(ഊരറിയാക്കഥ)**

# 31

# പെരുങ്കള്ളൻ

**ഒ**രു പട്ടണത്തിൽ രണ്ട് കള്ളന്മാരുണ്ടായിരുന്നു. കള്ളൻ എന്നർഥമുള്ള "ചോർ" എന്ന് അറിയപ്പെട്ടിരുന്ന കള്ളൻ ബലിഷ്ഠമായ ശരീരമുള്ള ഉഗ്രനും പരിശീലനം കിട്ടിയ ഗുസ്തിക്കാരനുമായിരുന്നു. "പെരുങ്കള്ളൻ" എന്ന് അർഥമുള്ള "മഹാചോർ" എന്നറിയപ്പെട്ടിരുന്ന മറ്റേവനാകട്ടെ മെലിഞ്ഞ് ദുർബല പ്രകൃതിയായ ഒരു ചെറിയ മനുഷ്യനുമായിരുന്നു.

കള്ളനും പെരുങ്കള്ളനും തമ്മിൽ ഒരു നാൾ കണ്ടുമുട്ടി. അടുത്തുള്ള കരാട് എന്ന പട്ടണത്തിൽ മോഷണത്തിന് പോവുകയായിരുന്നു അവർ.

"നമുക്കൊരുമിച്ച് യാത്രചെയ്താലെന്താ?" കള്ളൻ ചോദിച്ചു.

"തീർച്ചയായും. അതു നമ്മെ സമയം കൊല്ലാനും സഹായിക്കും." പെരുങ്കള്ളൻ പറഞ്ഞു.

കരാടിലെത്തി ധനികനായ ഒരു വ്യാപാരിയുടെ വീട്ടിൽ നിന്നും പെരുങ്കള്ളൻ ഒരുപാട് പണവും രത്നങ്ങളുമെല്ലാം കട്ടെടുത്തു. കള്ളൻ മറ്റെവിടെയോ നടത്തിയ ശ്രമങ്ങളാകട്ടെ അത്ര വിജയമായിരുന്നില്ല. എന്നാലും അയാളും അന്നത്തെ പണി പൂർത്തിയാക്കിയിരുന്നു. ജോലി കഴിഞ്ഞ് രണ്ടുപേരും ഒന്ന് വിശ്രമിക്കാമെന്നുറച്ചു. രാത്രികഴിച്ചു കൂട്ടാനായി വഴിയരികിലെ ഒരു സത്രത്തിൽ അവർ മുറിയെടുത്തു.

പെരുങ്കള്ളന്റെ വീർത്തുവരുന്ന തുണിസഞ്ചിയിലായിരുന്നു കള്ളന്റെ കണ്ണ്. "ഭയങ്കര കൊള്ളമുതൽ കിട്ടിയിട്ടുണ്ടെന്ന് തോന്നുന്നുവല്ലോ ഇവന്! രാത്രി അവൻ ഉറങ്ങിക്കഴിയട്ടെ. അവന്റെ സഞ്ചിയിലുള്ളതു മുഴുവൻ ഞാൻ കവർന്നെടുക്കും." കള്ളൻ ചിന്തിച്ചു. നല്ല ഭക്ഷണവും കഴിച്ച് അവർ ഉറങ്ങാൻ കിടന്നു.

കള്ളൻ ഉറക്കം നടിക്കുകയായിരുന്നു. കള്ളൻ അവന്റെ തുണിസഞ്ചി തലയണയായി വെച്ചു. പെരുങ്കള്ളൻ ഉറക്കത്തിലാണെന്ന് ഉറപ്പായപ്പോൾ കള്ളൻ എഴുന്നേറ്റ് പതുക്കെ ശ്രദ്ധയോടെ തന്റെ തെരച്ചിൽ തുടങ്ങി. അരമണിക്കൂർ ശ്രദ്ധയോടെ അന്വേഷിച്ചെങ്കിലും അയാൾക്ക് ഒന്നും കണ്ടുകിട്ടിയില്ല. തുണിസഞ്ചിക്കകത്ത് കുറച്ച് വസ്ത്രങ്ങളേ ഉണ്ടായിരുന്നുള്ളൂ. കട്ടിലിനടിയിലും പെരുങ്കള്ളന്റെ കീശകളിലും അയാളുടെ മറ്റ് സാധനങ്ങളുടെ ഇടയിലുമെല്ലാം നോക്കി. എല്ലാം വെറുതെ.

“ഈ പെരുങ്കള്ളൻ കൊള്ളമുതൽ എവിടെയാകും വെച്ചിട്ടുണ്ടാവുക?” കള്ളൻ അതിശയിച്ചു. രാത്രി അയാൾക്ക് ഒരു പോള കണ്ണടയ്ക്കാൻ സാധിച്ചതുമില്ല.

അടുത്ത രണ്ട് ദിവസവും അതുതന്നെ സംഭവിച്ചു. രണ്ടുപേരും രാത്രി ഉറങ്ങാൻ കിടക്കും. കള്ളൻ ഉറക്കം നടിക്കുകയാകും, എന്നിട്ട് പെരുങ്കള്ളന്റെ സാധനങ്ങൾ പരിശോധിക്കും. ഉറക്കം നഷ്ടമായ മൂന്ന് രാത്രികൾ ചെലവഴിച്ചിട്ടും കള്ളന് ഒന്നും കിട്ടിയില്ല എന്നതാണ് സംഗതി. കള്ളൻ തളർന്നു. അയാൾക്ക് മടുത്തു.

പെരുങ്കള്ളൻ എല്ലാരാത്രിയും സുഖമായി ഉറങ്ങുന്നതു കണ്ടിട്ട് കള്ളന് പ്രത്യേകിച്ചും സഹിച്ചില്ല.

ഒടുവിൽ, ഇനിയും സഹിക്കവെയ്യാഞ്ഞിട്ട്, പെരുങ്കള്ളനോട് തന്നെ കാര്യം ചോദിക്കാമെന്ന് കള്ളൻ ഉറച്ചു.

“ഇന്ന് കരാടിലെ അവസാന ദിവസമാണ്. നമ്മൾ മടങ്ങിപ്പോവുകയാണ്. അതിനുമുമ്പ് എനിക്കൊരു കാര്യം ചോദിക്കണമായിരുന്നു. സത്യസന്ധമായ ഉത്തരം നൽകുമല്ലോ?”

പെരുങ്കള്ളൻ സമ്മതിച്ചു. “നിങ്ങൾ എന്നും രാത്രിയിൽ എവിടെയാണ് കൊള്ളമുതൽ ഒളിച്ചു വെക്കുന്നത്? നിങ്ങളെ കവർച്ച ചെയ്യാൻ വേണ്ടി ഞാൻ നിങ്ങളുടെ വസ്തുക്കളൊക്കെ പരിശോധിച്ചുവെന്ന് സമ്മതിക്കട്ടെ. എനിക്കെന്തുകൊണ്ട് ഒന്നും തന്നെ കണ്ടുകിട്ടിയില്ല?” കള്ളൻ ചോദിച്ചു.

പെരുങ്കള്ളന്റെ മറുപടി എന്താണെന്നല്ലേ? “നീയും എന്നെപ്പോലെ ഒരു കള്ളനാകയാൽ എനിക്കു കൂടുതൽ ശ്രദ്ധ വേണം, സ്വാഭാവികമായും. അതുകൊണ്ട് ഓരോ രാത്രിയും നീ അറിയാതെ എന്റെ കൊള്ളമുതൽ നിന്റെ സാധനങ്ങൾക്കിടയിൽ നിന്റെ കട്ടിലിന് കീഴിൽ വെക്കും ഞാൻ. നീ എന്റെ സാധനങ്ങളുടെ ഇടയിൽ തിരക്കി. എന്നാൽ എന്റെ കൊള്ളമുതലിനുവേണ്ടി നിന്റെ സാധനങ്ങളുടെ ഇടയിൽ തിരക്കിയതുമില്ല. നേരം പുലരുമ്പോൾ സൂത്രത്തിൽ കൊള്ളമുതൽ ഞാൻ എന്റെ സഞ്ചിയിലാക്കും. അതിനേക്കാൾ വല്ലതും സുരക്ഷിതമായിരിക്കുമോ?”

പെരുങ്കള്ളൻ തന്നെ രണ്ടുപേരിലും കേമൻ എന്ന് കള്ളനു സമ്മതിക്കാതെ വയ്യെന്നായി.

“ഞാൻ നിന്റെ അതികൗശലത്തിന്റെ മുമ്പിൽ തലകുനിക്കുന്നു,” കള്ളൻ പറഞ്ഞു.

പെരുങ്കള്ളൻ എന്ന പേര് അയാൾക്ക് തീർത്തും അവകാശപ്പെട്ടതു തന്നെയെന്ന് കള്ളൻ സമ്മതിച്ചു.

**(മഹാരാഷ്ട്ര)**

# 32

## കുഴപ്പക്കാരി

മഹാമോശക്കാരിയായ ഒരു കിഴവിത്തള്ളയുണ്ടായിരുന്നു. അയൽ വീട്ടിലെ ശാന്തിയും സമാധാനവും കണ്ടിട്ട് അവർക്ക് അസൂയ. അവിടെ അപസ്വരങ്ങൾ കേൾപ്പിക്കാൻ തന്നെ അങ്ങനെ ആ കിഴവിത്തള്ള തീരുമാനിച്ചു.

"നിന്റെ ഭർത്താവ് കേമൻ തന്നെ. പക്ഷേ, നിനക്കറിയാമോ, കഴിഞ്ഞ ജന്മത്തിൽ അയാൾ ഒരു ചുമട്ടുതൊഴിലാളിയായിരുന്നു. ഉപ്പു മുതുകത്ത് ചുമന്നുകൊണ്ട് കടൽക്കരയിൽ നിന്നും അയാൾ ചന്തസ്ഥലത്തേക്ക് നടക്കുമായിരുന്നു."

"നിങ്ങൾക്കെങ്ങനെ അറിയാം?" വല്ലാതെ അലോസരപ്പെട്ടിട്ട് യുവതി ചോദിച്ചു. "ഞാൻ നിങ്ങളെ വിശ്വസിക്കുന്നില്ല. എന്റെ ഭർത്താവ് വളരെ സ്നേഹമുള്ളവനും ശക്തനുമാണ്. അദ്ദേഹം കഴിഞ്ഞ ജന്മത്തിൽ ഒരു രാജകുമാരനോ, യോദ്ധാവോ കവിയോ ആയിരുന്നിരിക്കണം."

"അതിന് കുറ്റമറ്റ ഒരു പരീക്ഷണമുണ്ട്." ആ കുഴപ്പക്കാരിത്തള്ള പറഞ്ഞു; "ഒരു ദിവസം രാത്രി അയാൾ ഉറങ്ങിക്കിടക്കുമ്പോൾ അയാളുടെ മുതുക് നക്കി നോക്കുക. അവിടെ ഉപ്പു രസമുണ്ടെന്ന് നീ അറിയും."

അതുകേട്ട് ദേഷ്യംവന്ന യുവതി ഒന്നും പറയാതെ നടന്നകന്നു.

അടുത്ത ദിവസം ഭർത്താവിനെ വഴിയിൽ തടഞ്ഞിട്ട് ആ കിഴവിത്തള്ള പറഞ്ഞു.

"നിന്റെ ഭാര്യ കേമത്തി തന്നെ. എന്നാൽ നിനക്കറിയാമോ, കഴിഞ്ഞ ജന്മത്തിൽ അവൾ ഒരു പട്ടിയായിരുന്നു."

"നിങ്ങൾക്കെങ്ങനെ അറിയാം? ആകെ മനം നൊന്തിട്ട് ആ മനുഷ്യൻ ചോദിച്ചു; "അവൾ വളരെ മൃദുസ്വഭാവക്കാരിയും, സ്നേഹമുള്ളവളുമാണ്. കഴിഞ്ഞ ജന്മത്തിൽ അവൾ തീർച്ചയായും ഒരു രാജകുമാരിയായിരുന്നിരിക്കണം."

"അടുത്തു തന്നെ ഒരു ദിവസം അവൾ നിന്റെ മുതുക് നക്കും. അപ്പോൾ നീ അറിയും ഞാൻ പറയുന്നത് സത്യമാണെന്ന്" ആ കിഴവി പറഞ്ഞു. "നമ്മുടെ പ്രവൃത്തികളാണല്ലോ മിക്കപ്പോഴും നമ്മെ വെളിപ്പെടുത്തുന്നത്."

ആ മനുഷ്യന് നല്ല ദേഷ്യം വന്നു. മറ്റൊന്നും പറയാതെ അയാൾ പോയി.

അവളുടെ വികാരങ്ങളെ മുറിപ്പെടുത്തുമെന്ന് കരുതിയിട്ട് അയാൾ ഭാര്യയോട് ഒന്നും തന്നെ പറഞ്ഞില്ല. അതേ കാരണത്താൽ തന്നെ, കിഴവി പറഞ്ഞകാര്യം അവൾ ഭർത്താവിനോടും പറഞ്ഞില്ല.

ഒരു ചൂടുള്ള രാത്രി അയാൾ അവൾക്ക് പുറം തിരിഞ്ഞ് കിടന്നുറങ്ങുകയായിരുന്നു. ആ കിഴവി പറഞ്ഞതിൽ സത്യമെന്തെങ്കിലും ഉണ്ടോ എന്നറിയാനുള്ള ഉൽക്കടമായ ആവേശം അപ്പോൾ ആ യുവതിയിലുണ്ടായി. അങ്ങനെ അവൾ പതിയെ അടുത്തു ചെന്ന് മൃദുവായി അയാളുടെ മുതുക് നക്കി. അവിടെ ഉപ്പുരസമുണ്ടെന്ന് കണ്ട് അവൾ ഞെട്ടി.

"അപ്പോൾ ഇതു സത്യമാണ് ജീവിക്കാനായി കഴിഞ്ഞ ജന്മത്തിൽ ഉപ്പു ചുമന്നവനെയാണ് ഞാൻ വിവാഹം ചെയ്തിരിക്കുന്നത്."

യുവതി വിഷമത്തോടെ പിറുപിറുത്തു.

തന്നെ നക്കുവാൻ തുടങ്ങിയ നിമിഷം തന്നെ ഉണർന്ന ഭർത്താവ് ജ്വലിക്കുന്ന കണ്ണുകളോടെ അവളെ തിരിഞ്ഞു നോക്കി.

"ഞാൻ ഉപ്പു ചുമന്നിരിക്കാം" അയാൾ പറഞ്ഞു; "പക്ഷേ, നീ ആരായിരുന്നെന്ന് നിനക്കറിയാമോ? നീയൊരു പട്ടിയായിരുന്നു. ചെള്ളും ഈച്ചയും ആർത്തിരുന്ന ഒരു ഭാഗ്യം കെട്ട പട്ടി!"

"എന്നെ പട്ടിയെന്നു വിളിക്കുവാൻ ധൈര്യപ്പെടുന്നുവോ?" അയാളുടെ ഭാര്യ അലറിവിളിച്ചുകൊണ്ട് അയാളുടെ കുറ്റങ്ങളേയും കുറവുകളേയും കുറിച്ച് വാ തോരാതെ ഓരോന്ന് പറയുവാൻ തുടങ്ങി.

ശണ്ഠകൂടുന്ന ശബ്ദം കേട്ട് അയൽക്കാരി കിഴവിത്തള്ള ഉണർന്നു. എന്നാൽ അവർ ഒന്നും തന്നെ കൂട്ടാക്കിയില്ല. തള്ളയ്ക്ക് വലിയ സന്തോഷമുണ്ടായി എന്നതായിരുന്നു വാസ്തവം. താൻ പ്രതീക്ഷിച്ചിരുന്നതിനേക്കാൾ തന്റെ പദ്ധതി വിജയം വരിച്ചുവല്ലോ.

**(ഊരറിയാക്കഥ)**

# 33

## സത്യത്തിന്റെ നിമിഷം

**അ**സ്ത്രവിദ്യ പഠിക്കുകയായിരുന്നു ഒരു വിദ്യാർഥി. അയാൾ ആ വിദ്യയിൽ വലിയ നിപുണനായി. അസ്ത്രമെയ്ത് മരത്തിൽ തറച്ചശേഷം ആ അമ്പ് അടുത്ത അമ്പെയ്തു പിളർത്താൻ കഴിയുന്നത്ര കഴിവ് നേടിയ നിപുണനായി എന്നർഥം.

തന്റെ ഗുരുവിനേക്കാൾ വലിയ അമ്പെയ്ത്തുകാരനാണ് താനെന്ന് ആ വിദ്യാർഥി പൊങ്ങച്ചമടിക്കാൻ തുടങ്ങി.

അവന്റെ ഗുരുവിന് എഴുപതു കഴിയാറായിരുന്നു. വന്ദ്യനായ ഒരു മനുഷ്യൻ. ഒരു ദിവസം അദ്ദേഹം ശിഷ്യനെ വിളിച്ചു പറഞ്ഞു: "നമുക്ക് മലകളിലൂടെയൊക്കെ ഒന്നു നടന്നു വരാം."

വലിയ ഒരു ഗർത്തത്തിനടുത്ത് എത്തുംവരെ ആ യാത്ര സംഭവരഹിതമായിരുന്നു. ഗർത്തത്തിന് കുറുകെ ഒരു ഉരുളൻ തടി മാത്രമാണുണ്ടായിരുന്നത്. ഉറച്ച കാൽവയ്പുകളോടെ തടിയുടെ മധ്യഭാഗത്തേക്ക് ഗുരു നടന്നു ചെന്നു. തോളിൽ നിന്നും അമ്പും വില്ലുമെടുത്ത് മറുകരയിലെ ഒരു വൃക്ഷത്തിലേക്ക് എയ്തു. അടുത്ത അസ്ത്രം കൊണ്ട് ആദ്യത്തെ അമ്പിനെ രണ്ടായി പിളർത്തുകയും ചെയ്തു.

"ഇനി നിന്റെ ഊഴമാണ് കുട്ടീ....." ആ കുട്ടി നിന്നിരുന്നിടത്തേക്ക് മടങ്ങി വന്നിട്ട് വയോധികനായ ആ ഗുരു പറഞ്ഞു. യുവാവ് ശ്രദ്ധാപൂർവം തടിയിൽ കയറി. എന്നിട്ട് വളരെ കരുതലോടെ മധ്യഭാഗത്തേക്കു നടന്നു. എന്നാൽ അവൻ ശരിക്കും ഭയന്നിരുന്നു. അടിതെറ്റിയാൽ താഴെ അഗാധതയിൽ വീണു മരിക്കുമെന്നവൻ അറിഞ്ഞു. വില്ലിൽ അമ്പ് തൊടുക്കുമ്പോഴേക്കും അവന്റെ കൈ വിറച്ചു. താൻ അകപ്പെട്ടിരിക്കുന്ന അപകടത്തെക്കുറിച്ചുള്ള ബോധം ഉന്നം പിടിക്കുന്നതിന് അവനു തടസ്സമായി.

അങ്ങനെ അമ്പെയ്തപ്പോൾ അത് മരത്തിൽ തൊടാതെ പോവുകയും ചെയ്തു. വിതുമ്പിക്കൊണ്ട് അവൻ തിരിഞ്ഞു നോക്കി.

"എന്നെ സഹായിക്കൂ!" അവൻ ഗുരുവിനോട് വിളിച്ചു പറഞ്ഞു. "ഞാൻ വീഴും!"

ആ വൃദ്ധൻ അവന്റെ അടുത്തേക്കു നടന്നു ചെന്നു. കൈ പിടിച്ച് തിരികെ നടത്തി സുരക്ഷിതസ്ഥാനത്ത് എത്തിച്ചു. മടക്കയാത്രയിൽ അവ രിരുവരും ഒരു വാക്കും ഉരിയാടിയില്ല. എന്നാൽ ശിഷ്യന് ചിന്തിക്കാൻ ഒരുപാടുണ്ടായിരുന്നു. തന്റെ കലയിൽ ആചാര്യനാകുന്നതിന് അമ്പും വില്ലും നിയന്ത്രിക്കാൻ പഠിച്ചാൽ മാത്രം പോരെന്നും മനസുകൂടി നിയ ന്ത്രിക്കാനും പഠിക്കണമെന്നും അവൻ അറിഞ്ഞു.

**(സെൻ ബുദ്ധകഥ)**

# 34

# സുന്ദരനായ രാജകുമാരൻ

**ത**ന്റെ സൗന്ദര്യത്തിൽ സ്വയം വളരെ ആകൃഷ്ടനായ ഒരു രാജകുമാരനുണ്ടായിരുന്നു.

ഏതെങ്കിലും സഞ്ചാരി കൊട്ടാരത്തിലേക്കു വന്നാൽ അവൻ ചോദിക്കും:

"എന്റെയത്ര സുന്ദരനായ ആരെയെങ്കിലും താങ്കൾ എപ്പോഴെങ്കിലും കണ്ടിട്ടുണ്ടോ?"

ആരും അങ്ങനെ കണ്ടിട്ടുണ്ടായിരുന്നില്ല. അങ്ങേയറ്റത്തെ ദാസ്യമനോഭാവക്കാരനായിരുന്ന ഒരു സഞ്ചാരി ഒരിക്കൽ ഇങ്ങനെ പറഞ്ഞു: "നിങ്ങളുടെയത്ര സൗന്ദര്യവും മുഖകാന്തിയുമുള്ള ആരെങ്കിലും ഈ ലോകത്തുണ്ടെന്ന് ഞാൻ വിചാരിക്കുന്നില്ല. ഏതെങ്കിലുമൊരു ദൈവത്തിനുപോലും ഇത്രയും അഴകുണ്ടാവില്ല."

ഇതു രാജകുമാരനെ വളരെ സന്തോഷിപ്പിച്ചു. അയാൾ ഇറങ്ങി നടന്ന് താൻ ഏതു ദൈവത്തേക്കാളും സുന്ദരനാണെന്ന് പറയുവാൻ തുടങ്ങി.

ഒരു ദിവസം അയാളെ കാണുവാൻ രണ്ട് സന്ദർശകരെത്തി. ദൈവങ്ങളാണ് തങ്ങളെന്ന് അവർ സ്വയം പരിചയപ്പെടുത്തി.

"അവകാശപ്പെടുന്നത്ര സൗന്ദര്യം താങ്കൾക്കുണ്ടോ എന്ന് അറിയാൻ വേണ്ടി വന്നതാണ് ഞങ്ങൾ," അവർ വിശദീകരിച്ചു.

"ഞാൻ അങ്ങനെയല്ലേ?" രാജകുമാരൻ ചോദിച്ചു.

"താങ്കൾ ഉറങ്ങിക്കിടന്നിരുന്നപ്പോൾ നേരത്തെ ഞങ്ങൾ താങ്കളെ സന്ദർശിച്ചിരുന്നു. അപ്പോൾ താങ്കൾക്ക് കൂടുതൽ സൗന്ദര്യമുണ്ടായിരുന്നു." ദൈവങ്ങളിലൊന്ന് പറഞ്ഞു.

"കുറച്ചു നാഴികകൾക്കുള്ളിൽ എന്റെ ഛായയ്ക്കു മങ്ങലേറ്റുവെന്നോ? എങ്ങനെ?" അങ്ങനെ പറഞ്ഞിട്ട് രാജകുമാരൻ ദാസന്മാർക്ക് നേരെ തിരഞ്ഞു.

"രാവിലെ ഞാൻ ഇതിനേക്കാൾ നന്നായിരുന്നുവോ?" അയാൾ അന്വേഷിച്ചു.

"താങ്കൾ അപ്പോഴും ഇപ്പടി തന്നെയായിരുന്നു," ദാസന്മാർ പറഞ്ഞു.

"ഞങ്ങൾ ദൈവങ്ങളാണ്, താങ്കളുടെ ദാസന്മാർക്ക് കാണുവാൻ കഴിയാത്തത് ഞങ്ങൾക്ക് കാണുവാൻ കഴിയും. അവരുടെ കാഴ്ച അപൂർണമാണ്. ഞങ്ങളതു തെളിയിച്ചു തരാം. ഒരു കിണ്ണം വെള്ളം കൊണ്ടുവരൂ."

ഒരു കിണ്ണം വെള്ളം അവിടെ കൊണ്ടുവന്നു. അത് ശ്രദ്ധാപൂർവം വീക്ഷിച്ചശേഷം മുറിവിട്ടുപോകുവാൻ ദാസന്മാരോട് ദൈവം ആവശ്യപ്പെട്ടു. അവർ പൊയ്ക്കഴിഞ്ഞപ്പോൾ ദൈവം കിണ്ണത്തിൽ നിന്നും അരക്കരണ്ടി വെള്ളം കോരിമാറ്റി. പിന്നീട് ജോലിക്കാരെ തിരികെ വിളിപ്പിച്ചു.

"കിണ്ണത്തിലെ വെള്ളത്തിൽ എന്തെങ്കിലും മാറ്റമുണ്ടോ?" ദൈവം ചോദിച്ചു.

"ഒന്നുമില്ല," ദാസന്മാർ പറഞ്ഞു.

"വെള്ളത്തിൽ കുറവുണ്ടായിരുന്നു എന്നത് അവർക്ക് കാണുവാൻ കഴിയുന്നില്ല," ദൈവം പറഞ്ഞു; "താങ്കളുടെ സൗന്ദര്യവും ക്ഷയിച്ചിട്ടുണ്ട് എന്ന് ഇവർക്ക് കാണുവാൻ കഴിയാത്തതുപോലെയാണിത്."

രാജകുമാരൻ ഞെട്ടി. അദ്ദേഹം ചിന്തിച്ചു: "എന്റെ സൗന്ദര്യം നിത്യേന കുറയുകയാണ്. അതു ക്ഷണികമാണ്. ക്ഷണികമായിട്ടുള്ള ഒന്നിലേക്ക് ഞാനെന്തിനിങ്ങനെ വലിച്ചിഴക്കപ്പെടുന്നു? ശാശ്വതമായിട്ടുള്ളതിൽ ഞാനിനി ശ്രദ്ധ പതിക്കട്ടെ."

പിന്നീടൊരിക്കലും അയാൾ കണ്ണാടി നോക്കിയില്ലെന്ന് മാത്രമല്ല കാലാന്തരത്തിൽ അയാൾ സിംഹാസനം വെടിഞ്ഞ് ഒരു സന്യാസിയാവുകയും ചെയ്തു.

**(മധ്യകാല ജൈനകഥ)**

# 35

## കാക്കയും കുരുവിയും: മറ്റൊരു ചങ്ങലക്കഥ

**കാ**ക്കയും കുരുവിയും കൂടി ഒരു ദിവസം തോട്ടത്തിൽ ഇരതേടുകയായിരുന്നു. കിട്ടിയ ഒരു നെന്മണി വേഗത്തിൽ വിഴുങ്ങിയിട്ട് കുരുവി കൂടുതൽ നെന്മണികൾ തിരയുകയായി. അതിനിടയ്ക്ക് കാക്കയ്ക്ക് ഒരു ചെറിയ മുത്ത് കിട്ടി. അതു തിന്നുവാൻ കൊള്ളാത്തതായിരുന്നുവെങ്കിലും കാക്കയ്ക്ക് വലിയ സന്തോഷമായി. കാക്ക അതുംവെച്ച് കളിച്ച് നടക്കുവാൻ തുടങ്ങി. കുരുവി അതു കണ്ടിട്ട് കാക്കയോട് മുത്ത് ആവശ്യപ്പെട്ടു. എന്നാൽ മുത്ത് കുരുവിക്കു കൊടുക്കുവാൻ കാക്കയ്ക്ക് ഇഷ്ടമില്ലായിരുന്നു. അതിനാൽ മുത്തും കൊണ്ട് കാക്ക അടുത്തുള്ള ഒരു മരത്തിലേക്കു പറന്ന് അതിന്റെ ചില്ലയിലിരുന്നു.

കുരുവിക്ക് ദേഷ്യമായി. അതു മരത്തിന്റെ നേർക്ക് തിരിഞ്ഞിട്ട് പറഞ്ഞു: "കാക്കയെ പറത്തിവിടൂ എന്നാൽ മരമുണ്ടോ അതു ചെയ്യുന്നു!"

കുരുവി അതുകൊണ്ട് മരം വെട്ടുകാരനോട് മരം വെട്ടി വീഴ്ത്താൻ പറഞ്ഞു: എന്നാൽ മരം വെട്ടുകാരൻ അതു വിസമ്മതിക്കുകയാണുണ്ടായത്.

മരംവെട്ടുകാരനെ ശിക്ഷിക്കണമെന്ന് കുരുവി ഗ്രാമത്തലവനോട് ആവശ്യപ്പെട്ടു. മരം വെട്ടുകാരൻ ശിക്ഷയർഹിക്കുന്നില്ലെന്നാണ് ഗ്രാമത്തലവൻ, പക്ഷേ, പറഞ്ഞത്.

അപ്പോൾ കുരുവി രാജാവിന്റെ അടുക്കൽ ചെന്ന് ഗ്രാമത്തലവനെ ശിക്ഷിക്കണമെന്ന് ആവശ്യപ്പെട്ടു. എന്നാൽ രാജാവും അതുപോലെ കാര്യം നിരസിക്കുകയാണുണ്ടായത്.

കുരിവിയപ്പോൾ രാജ്ഞിയെ പരീക്ഷിച്ചു. രാജാവിനോട് ദേഷ്യം

കാണിക്കണമെന്നതായിരുന്നു ആവശ്യം. എന്നാൽ രാജാവിനോട് എന്തിന് ദേഷ്യപ്പെടണമെന്ന് രാജ്ഞിക്ക് ബോധ്യപ്പെട്ടില്ല.

രാജ്ഞിയുടെ വസ്ത്രങ്ങൾ കടിച്ച് തുളയ്ക്കണമെന്നാവശ്യപ്പെട്ടു കൊണ്ട് കുരുവിയപ്പോൾ എലിയുടെ അടുത്തേക്ക് ഓടിച്ചെന്നു. തന്നെ ഒരു തരത്തിലും ഉപദ്രവിച്ചിട്ടില്ലാത്ത രാജ്ഞിയെ താൻ ഉപദ്രവിക്കുകയില്ലെന്ന് എലി പറഞ്ഞു.

കുരുവി തിരിഞ്ഞിട്ട് പൂച്ചയോട് എലിയെ തിന്നുവാൻ പറഞ്ഞു. എന്നാൽ പൂച്ച വഴങ്ങുകയുണ്ടായില്ല.

പൂച്ചയെ ആക്രമിക്കുവാൻ കുരുവി പട്ടിയോട് പറഞ്ഞു. പട്ടിയുണ്ടോ സമ്മതിക്കുന്നു!

പട്ടിയെ അടിക്കണമെന്ന് കുരുവി അപ്പോൾ ഒരു വടിയോട് പറഞ്ഞു. വടി ഇരുന്നിടത്തു തന്നെ ഇരുന്നതേയുള്ളൂ.

വടിയെ കത്തിച്ച് കളയണമെന്ന് കുരുവി തീയോട് ആവശ്യപ്പെടുകയായി. എന്നാൽ തീക്ക് അനക്കമേതുമില്ല.

തീയെ കെടുത്തിക്കളയുവാൻ കുരുവി കടലിനോട് പറഞ്ഞു. കടൽ വിസമ്മതിച്ചു.

കടലിലെ വെള്ളം കുടിച്ച് വറ്റിക്കുവാൻ കുരുവി ആനയോടാവശ്യപ്പെട്ടു. ആനയതു ചെയ്തില്ല.

ശരിക്കും ദേഷ്യം വന്നിട്ട് കുരുവി ആനയുടെ ചെവിയിൽ കടിക്കുവാൻ ഒരു കൊതുകിനോടാവശ്യപ്പെട്ടു. ആനയ്ക്ക് നല്ലതു പോലെ നോവട്ടെ. കൊതുകാവട്ടെ അതു സമ്മതിക്കുകയും ചെയ്തു.

ആന ഉടനെ തന്നെ പറഞ്ഞു, "നില്ക്കൂ, എന്റെ ചെവിയിൽ കടിക്കരുതേ, ഞാൻ കടൽ കുടിച്ചുവറ്റിക്കാം." അപ്പോൾ തീ അണയ്ക്കാമെന്ന് കടൽ ഏറ്റു. തീയാകട്ടെ വടിയെ എരിക്കാമെന്നായി. പട്ടിയെ അടിക്കുവാൻ അതാ, വടി സമ്മതിക്കുകയായി. പട്ടിയാകട്ടെ പൂച്ചയെ ആക്രമിക്കുവാൻ സന്നദ്ധനായി. എലിയെ തിന്നുവാൻ പൂച്ച അപ്പോൾ മുന്നോട്ടു വന്നു. എലിയാകട്ടെ രാജ്ഞിയുടെ വസ്ത്രങ്ങൾ കരളുവാൻ തയാറായി. രാജ്ഞി രാജാവിനോട് ദേഷ്യപ്പെടാമെന്നേറ്റു. രാജാവാകട്ടെ ഗ്രാമത്തലവനെ ശിക്ഷിക്കുവാൻ തയാറായി. ഗ്രാമത്തലവൻ മരം വെട്ടുകാരനെ ശിക്ഷിക്കുവാൻ ഒരുങ്ങി. അപ്പോൾ മരം വെട്ടുകാരൻ മരം മുറിച്ചു വീഴ്ത്തുവാനും സമ്മതിച്ചു. കാക്കയെ പറത്തുവാൻ അങ്ങനെ മരം സമ്മതിക്കുകയും ചെയ്തു.

കാക്ക അപ്പോൾ ദേഷ്യത്തോടെ കുരുവിയോട് പറഞ്ഞു: "എത്ര വലിയ കുഴപ്പങ്ങളാണ് നീയുണ്ടാക്കിവെച്ചിരിക്കുന്നത്. എന്തെങ്കിലുമൊന്ന് ചോദിച്ചു വാങ്ങേണ്ടത് ഇങ്ങനെയല്ല. എന്തെങ്കിലുമൊന്ന് തോന്നിയ രീതിയിൽ സ്വന്തമാക്കുകയും ഏവരേയും ഭീഷണിപ്പെടുത്തുകയുമോ? ഒരു കവലച്ചട്ടമ്പിയെപ്പോലുള്ള തന്റെയീപ്പെരുമാറ്റം ഭയങ്കരം തന്നെ. തെറ്റിന് മാപ്പപേക്ഷിക്കുന്നില്ലെങ്കിൽ ഞാൻ മുത്തു തരില്ല." കുഴപ്പങ്ങളൊക്കെ

യുണ്ടാക്കിയതിനും വഷളത്തരങ്ങൾ കാണിച്ചതിനും താൻ ആത്മാർഥമായും ഖേദിക്കുന്നുവെന്നും മാപ്പപേക്ഷിക്കുന്നുവെന്നും അപ്പോൾ കുരുവി പറഞ്ഞു. മുത്ത് മനോഹരമായിരിക്കുന്നുവെന്നും തനിക്കതു കിട്ടിയാൽ കൊള്ളാമെന്നും കൂടി കുരുവി അറിയിച്ചു. അപ്പോൾ, കുരുവിയോടുള്ള സൗഹൃദത്തിന്റെ പേരിൽ, മനസലിഞ്ഞിട്ട് കാക്ക പറഞ്ഞു, "ഇതാ മുത്ത് എടുത്തു കൊള്ളൂ."

# 36

# മരിക്കാത്ത സ്നേഹം

ധീരനും സുന്ദരനുമായ പ്രിയങ്കരന്റെ ഭാര്യയായിരുന്നു സുന്ദരി. അവൾ ഭർത്താവിനെ ആരാധിച്ചു — സ്നേഹാരാധന. അതുകൊണ്ട് വിവാഹത്തിന് ശേഷം ഒരു കൊല്ലം തികയുന്നതിനുമുമ്പുതന്നെ ഭർത്താവ് ഒരു അപകടത്തിൽപ്പെട്ടു മരിച്ചു. അദ്ദേഹത്തെ തനിക്കു എന്നെന്നേക്കുമായി നഷ്ടമായി എന്ന് വിശ്വസിക്കുവാൻ അവൾക്കു കഴിഞ്ഞില്ല.

"അദ്ദേഹം ഉറങ്ങുകയാണ്," അവൾ എല്ലാവരോടും അങ്ങനെയാണ് പറഞ്ഞത്. ദു:ഖം ആചരിച്ചതുമില്ല. ശവം ദഹിപ്പിക്കുന്നതിനായി കൊണ്ടുപോവുകയാണെന്ന് കേട്ടപ്പോൾ അവൾ ശവഘോഷയാത്രയുടെ പുറകെ ഓടി. ശവത്തിൽ പിടിച്ച് പിടിവിടാതെ നിന്നു.

സുന്ദരിയുടെ അച്ഛനും മറ്റ് അനുശോചകരും അവളെ പിന്തിരിപ്പിക്കാൻ ശ്രമിക്കുകയും ശവം ദഹിപ്പിക്കാനായി വിട്ടുകൊടുക്കാൻ അഭ്യർഥിക്കുകയും ചെയ്തു. എന്നാൽ അവൾ കൂട്ടാക്കിയില്ല.

ഒടുവിൽ അനുശോചകർ പിന്മാറി. സുന്ദരി ശവത്തോടൊപ്പം ഇരുപ്പായി. മൂന്ന് രാത്രികളും മൂന്ന് പകലുകളും അങ്ങനെ കടന്നു പോയി.

അച്ഛൻ അവൾക്കു ഭക്ഷണമെത്തിച്ചു കൊടുത്തപ്പോഴൊക്കെ ശവത്തിനു മുമ്പിൽ അതു വെച്ചുകൊണ്ട് അവൾ പറയും: "കഴിക്കൂ എന്റെ നാഥാ!" കുറേ സമയം കഴിഞ്ഞിട്ട്: "കഴിച്ചു കഴിഞ്ഞുവോ?" എന്നു ചോദിക്കും. പിന്നീടവൾ അതിൽ നിന്നും അൽപ്പം കഴിക്കും.

ആകെ നിരാശനും വിഷമിച്ചവനുമായ അവളുടെ അച്ഛൻ രാജാവിന്റെ സഹായം തേടി. രാജാവാകട്ടെ തന്റെ മകനായ അനംഗരാജകുമാരനോട് അവളുടെ അടുത്തുചെന്ന് ജഡത്തെ ഉപേക്ഷിക്കുവാൻ പ്രേരിപ്പിക്കണമെന്ന് ആവശ്യപ്പെട്ടു.

അതിബുദ്ധിമാനായ ഒരു യുവാവായിരുന്നു രാജകുമാരൻ. ഭർത്താവ്

മരിച്ചുപോയി എന്ന് സ്ഥാപിക്കുവാനുദ്ദേശിച്ചുകൊണ്ടുള്ള ഏതു വാദവും അവളുടെ അടുത്ത് വിലപ്പോവില്ലെന്ന് അയാൾക്കറിയാമായിരുന്നു. ശവ ശരീരം പോലെ തോന്നിക്കുന്ന ഒരു രൂപവുമായിച്ചെന്ന് രാജകുമാരൻ അവളിരിക്കുന്നിടത്തു നിന്നും കുറച്ച് അകലെയായി ഇരുന്നു.

കുറെ സമയം കഴിഞ്ഞപ്പോൾ അയാൾ ആരാണെന്നും ഒരു ശവ വുമായി വന്ന് എന്തു ചെയ്യുകയാണെന്നും സുന്ദരി ജിജ്ഞാസകൊണ്ട് ചോദിച്ചു.

"ശവം! എന്ത് ശവം?" രാജകുമാരൻ പറഞ്ഞു; "ഇത് എന്റെ പ്രിയ പ്പെട്ട ഭാര്യ മന്ദാകിനിയാണ്. ആളുകൾ പറയുന്നു അവൾ മരിച്ചുവെന്ന്. എന്നാൽ എന്റെ ഉള്ളിന്റെയുള്ളിൽ അറിയാം അവൾ ജീവിച്ചിരിക്കുക യാണെന്ന്. ഇപ്പോഴല്ലെങ്കിൽ പിന്നെ അവൾ ഉറക്കത്തിൽ നിന്നും ഉണരും. അന്നുവരെ ഞാൻ അവൾക്ക് കാവലിരിക്കും!"

സുന്ദരിയുടെ ഹൃദയം രാജകുമാരന്റെ നേർക്ക് തരളിതമായി. അയാ ളുടെ അവസ്ഥയെന്തെന്ന് തനിക്കു നന്നായി അറിയുമെന്നും എല്ലാം ഒടു വിൽ ശരിയാകുമെന്നും തനിക്കാവും വിധം സുന്ദരി അയാളെ ആശ്വസി പ്പിച്ചു.

രാജകുമാരൻ ആ രാത്രി അവിടെ കഴിച്ചു കൂട്ടി. താൻ നദിയിലേക്കു പോവുകയാണെന്നും കഴുകിനനച്ച് തിരിച്ചു വരുന്നതുവരെ തന്റെ ഭർത്താവിനു മേൽ ഒരു കണ്ണുണ്ടായിരിക്കണമെന്നും പറഞ്ഞു അടുത്ത ദിവസം രാവിലെ സുന്ദരി പോയി. ജഡമെന്ന് കരുതി ഭർത്താവിനെ ആരെ ങ്കിലും എടുത്തു കൊണ്ടുപോവുമോ എന്നായിരുന്നു അവളുടെ ഭയം.

തിരിച്ചു വന്നപ്പോൾ അസ്വസ്ഥനായി അങ്ങോട്ടും ഇങ്ങോട്ടും നട ക്കുന്ന രാജകുമാരനെയാണ് അവൾ കണ്ടത്.

"വല്ല കുഴപ്പവും പറ്റിയോ?" സുന്ദരി ചോദിച്ചു.

"ഓ ഒന്നുമില്ല," രാജകുമാരൻ പറഞ്ഞു. "എന്നാൽ ഞാൻ പുറം തിരിഞ്ഞ് നടക്കുമ്പോൾ നിന്റെ ഭർത്താവ് എന്റെ ഭാര്യയോട് എന്തോ പറയുകയും അതു കേട്ട് അവൾ പൊട്ടിച്ചിരിക്കുകയും ചെയ്തു. എന്റെ ഭാര്യയോട് അയാൾ സംസാരിച്ചതും അതിനോടവൾ പ്രതികരിച്ചതും തെറ്റാണെന്നാണ് എന്റെ പക്ഷം."

"എന്റെ ഭർത്താവ് നിങ്ങളുടെ ഭാര്യയോട് സംസാരിച്ചുവെന്നോ!" സുന്ദരി ആശ്ചര്യപ്പെട്ടു. "അയാൾക്കെങ്ങനെ അത് ചെയ്യാൻ കഴിഞ്ഞു. രാവും പകലും ഞാനിവിടെ കാവലിരിക്കുകയായിരുന്നു. എന്നിട്ട് എന്നോട് ഒരു വാക്കു പറയുവാൻ കൂട്ടാക്കിയില്ലല്ലോ. നിങ്ങളുടെ ഭാര്യ യോട് സംസാരിക്കുകയും ചെയ്തു."

അവൾ പൊട്ടിക്കരഞ്ഞു.

സംഭവിച്ചതൊക്കെ അവഗണിക്കുവാൻ തീരുമാനിച്ചെന്ന് രാജകുമാ രൻ പറഞ്ഞു. സുന്ദരിയോടും അങ്ങനെ ആവശ്യപ്പെട്ടു. എന്നാൽ സുന്ദ രിക്ക് ആ ദിവസം മുഴുവനും ദു:ഖമായിരുന്നു.

അടുത്ത ദിവസം അതിരാവിലെ ശവത്തെ രാജകുമാരനെ ഏൽപ്പിച്ച്

അവൾ നദിയിൽ കുളിക്കുവാൻ പോയി. സുന്ദരി പോയ ഉടൻതന്നെ ജഡമെടുത്ത് രാജകുമാരൻ അടുത്തുകണ്ട പൊട്ടക്കിണറ്റിലിട്ടു. അയാൾ കൊണ്ടുവന്നിരുന്ന ഡമ്മി ശവവും കിണറ്റിലെറിഞ്ഞു.

സുന്ദരി മടങ്ങിവരുന്നതു കണ്ടിട്ട് അവളുടെ അടുത്തേക്കോടിച്ചെന്ന് രാജകുമാരൻ കരയുന്നതായി നടിച്ചു.

“എന്തുണ്ടായി?” അവൾ ചോദിച്ചു. “എന്റെ ഭർത്താവ് താങ്കളുടെ ഭാര്യയോട് പിന്നെയും എന്തെങ്കിലും പറഞ്ഞുവോ?” “വളരെമോശം,” രാജകുമാരൻ. “അയാൾ അവളോടൊത്ത് ഓടിപ്പോയിരിക്കുകയാണ്. ഞാൻ മൂത്രമൊഴിച്ച് മടങ്ങി വന്നപ്പോഴേക്കുമാണ് അവർ ഓടിപ്പോയതായി കണ്ടത്.”

സുന്ദരി ദിവസം മുഴുവനുമിരുന്നു കരഞ്ഞു. ദു:ഖം അടങ്ങിയപ്പോൾ രാജകുമാരനോട് വിട വാങ്ങി വീട്ടിലേക്കു മടങ്ങി. അവളുടെ അച്ഛനമ്മ മാർക്ക് വലിയ സന്തോഷമായി.

**(ജൈനകഥ)**

# 37

## അന്ത്യോപദേശം

**ഒ**രച്ഛന് ആറ് ആൺമക്കളുണ്ടായിരുന്നു. അവർ എപ്പോഴും കലഹിച്ചു. എല്ലാവരും ഐക്യത്തോടെ ഒരുമയോടെ കഴിയണമെന്ന അച്ഛന്റെ ഉപദേശം അവർ ചെവിക്കൊണ്ടതേയില്ല.

അച്ഛൻ രോഗം ബാധിച്ച് കിടപ്പിലായി. മരിക്കാറായി. കുറെ വിറകുകൊള്ളികൾ കൊണ്ടുവരാൻ അച്ഛൻ മക്കളെ വിളിച്ചാവശ്യപ്പെട്ടു. അവരത് കൊണ്ടുവന്നപ്പോൾ അതെല്ലാം ഓരോന്നായി ഒടിച്ചു നുറുക്കുവാൻ അദ്ദേഹം മക്കളോടാവശ്യപ്പെട്ടു. അവർക്കത് നിഷ്പ്രയാസം ചെയ്യാൻ കഴിഞ്ഞുവെന്നതിന് സംശയം വേണ്ടല്ലോ. ആറ് വിറകുകൊള്ളികൾ കൂടി കൊണ്ടുവരാൻ പിന്നീടദ്ദേഹം അവരോടാവശ്യപ്പെട്ടു. അതെല്ലാം കൂടി ഒരു കെട്ടാക്കിയ ശേഷം ഒടിക്കുവാനായിരുന്നു അദ്ദേഹം പിന്നീട് മക്കളോടാവശ്യപ്പെട്ടത്. ഓരോരുത്തരും ശ്രമിച്ചെങ്കിലും അവർക്ക് കെട്ട് ഒടിക്കുവാൻ കഴിഞ്ഞില്ല.

"നോക്കൂ! ഓരോന്നോരോന്നായി വിറകുകൊള്ളികൾ ഒടിച്ചപ്പോൾ നിങ്ങൾക്കതു എളുപ്പമായിരുന്നു. എന്നാൽ അവയെല്ലാം കൂടി കൂട്ടിക്കെട്ടിയിട്ട് ഒടിക്കാൻ ശ്രമിച്ചപ്പോൾ നിങ്ങൾക്കതു സാധിച്ചതേയില്ല. ജീവിതത്തിൽ ഇത് ഒരു പാഠമാണ്. ഒരുമയോടെ നിൽക്കുമെങ്കിൽ ഒരു ഉപദ്രവവും നിങ്ങൾക്കുണ്ടാവില്ല. ഐക്യമാണ് ബലം. ഒറ്റപ്പെട്ടു നിന്നാൽ നിങ്ങൾ തകരും. എന്റെ കാലശേഷമെങ്കിലും നിങ്ങൾ ഒത്തൊരുമയോടെ കഴിയണം. ആരും നിങ്ങളെ ഉപദ്രവിക്കുകയില്ലെന്ന് മാത്രമല്ല, ഉയർച്ച ഉണ്ടാവുകയും ചെയ്യും." ചിരിച്ചുകൊണ്ട് അച്ഛൻ പറഞ്ഞു.

ഉപദേശം നൽകിയശേഷം വൃദ്ധനായ അച്ഛൻ മരിക്കുകയും ചെയ്തു. അച്ഛന്റെ അവസാനത്തെ ഉപദേശം മക്കൾ ഓർമിക്കുകയും എന്നും ഐക്യത്തോടെ കഴിയുകയും ചെയ്തു.

**(കേരളം)**

# 38

# വെല്ലുവിളി

**ബു**ദ്ധിയും കൗശലവും കൊണ്ട് ജീവിച്ച് പോന്നിരുന്ന ഒരു നാടോടിയായിരുന്നു ഇൻഖേൽ. തനിക്ക് ഭക്ഷണം കിട്ടുമെന്ന് പ്രതീക്ഷിച്ച് ഒരു ദിവസം അയാൾ ഒരു ഗ്രാമത്തോടടുക്കുകയായിരുന്നു. അപ്പോഴാണ് അഭിജാതനും ധനാഢ്യനുമായ ഒരു ഖാൻ കുതിരപ്പുറത്ത് യാത്രചെയ്ത് അയാളുടെ നേർക്ക് വരുന്നത് കണ്ടത്.

"നീ ആരാ?" അടുത്തെത്തിയപ്പോൾ ഖാൻ ചോദിച്ചു; "ജീവിക്കാനായി നീ എന്തു ചെയ്യുന്നു?"

"ഞാൻ ഒരു നാടോടിയാകുന്നു," ഇൻഖേൽ പറഞ്ഞു; "രണ്ടാമത്തെ ചോദ്യത്തിനുള്ള മറുപടിയായി, "എനിക്ക് ഇഷ്ടമുള്ളതെന്തും ചെയ്യാനാകുമെന്ന് പറഞ്ഞുകൊള്ളട്ടെ."

"അങ്ങനെയോ?" പരിഹാസത്തോടെ ഖാൻ പറഞ്ഞു. "വിശാലമായ എസ്റ്റേറ്റുകളുടെ ഉടമയാണ് ഞാൻ. എന്നിരുന്നാലും ഇഷ്ടമുള്ളതെല്ലാം എനിക്കു ചെയ്യാൻ കഴിയില്ല."

"താങ്കൾക്കാവില്ല. എനിക്ക്, പക്ഷേ, കഴിയും," ഇൻഖേൽ പറഞ്ഞു.

"ശരി, എന്നാൽ ഞാൻ പരീക്ഷിക്കട്ടെ. എന്നെ കുതിരപ്പുറത്തുനിന്നും ഇറക്കാമോ?" ഇൻഖേൽ വെല്ലുവിളിച്ചു.

"ഒരു ഖാനെ കുതിരപ്പുറത്തുനിന്നും ഇറങ്ങുവാൻ നിർബന്ധിക്കുന്നതിന് എനിക്കു കഴിയില്ല. എന്നാൽ നിങ്ങൾ താഴെ ഇറങ്ങുകയാണെങ്കിൽ ഉടനെ തന്നെ തിരികെ കുതിരപ്പുറത്തു കയറ്റുവാൻ എനിക്കു കഴിയും." ആ യുവാവ് അറിയിച്ചു.

"എന്നാലൊന്ന് കാണട്ടെ," എന്നു പറഞ്ഞുകൊണ്ട് ഖാൻ കുതിരപ്പുറത്തുനിന്നും ചാടിയിറങ്ങി.

"അങ്ങനെ!" വിജയഭേരിയോടെ ഇൻഖേൽ പറഞ്ഞു. "കുതിരപ്പു

റത്തുനിന്നും ഇറക്കുവാൻ പറഞ്ഞിരുന്നല്ലോ. ഞാനതു ചെയ്തിരിക്കുന്നു."

ഖാൻ കോപം കൊണ്ട് ജ്വലിച്ചു. "താനൊരു സൂത്രശാലിയാണ്," അങ്ങനെ പറഞ്ഞുകൊണ്ട് ഉടൻ തന്നെ തിരികെ കുതിരപ്പുറത്ത് ചാടിക്കയറുകയും ചെയ്തു അയാൾ.

"അങ്ങനെ! ഞാനിതാ എന്റെ രണ്ടാമത്തെ വാഗ്ദാനവും പാലിച്ചിരിക്കുന്നു. ഞാൻ താങ്കളെ തിരികെ കുതിരപ്പുറത്തു കയറ്റിയല്ലോ?" ഇൻഖേൽ പറഞ്ഞു.

ഖാന് വല്ലാത്ത ജാള്യത തോന്നി. ഇൻഖേലിന് ഒരു നാണയവും എറിഞ്ഞുകൊടുത്തിട്ട് അയാൾ കുതിരയോടിച്ചു പോയി.

**(മംഗോളിയ)**

# 39

## 'എന്നെ സാർ എന്ന് വിളിക്കണം'

**ഒ**രു കുറുക്കൻ ഒരു ചെന്നായയെ കണ്ടുമുട്ടി. രണ്ടുപേരും സംഭാഷണമായി.

"താൻ ഏതുവരെ പഠിച്ചിട്ടുണ്ട്," ചെന്നായ പെട്ടെന്ന് ചോദിച്ചു.

"സത്യം പറയട്ടെ, ഞാൻ അർധ സാക്ഷരനാണ്." കുറുക്കൻ പറഞ്ഞു.

"എന്നാൽ എനിക്കു നിനക്കുള്ളതിന്റെ ഇരട്ടി വിദ്യാഭ്യാസമുണ്ട്." ചെന്നായ പറഞ്ഞു. "ഇന്നു മുതൽ നീ എന്നെ സാർ എന്നു വിളിക്കണം."

അതു പറഞ്ഞപ്പോൾതന്നെ പുറകിലുള്ള ഒരു കാട്ടുപൊന്തയിൽ നിന്നും ഉഗ്രനായ ഒരു കടുവ പുറത്തു ചാടി.

"നമ്മളെന്തുചെയ്യും.....സാർ?" കുറുക്കൻ ചോദിച്ചു.

എന്നാൽ എന്തെങ്കിലും സംസാരിക്കാനാവാത്ത വിധം ഭയപ്പെട്ടുപോയിരുന്നു ചെന്നായ.

"എങ്ങോട്ടു പോകുന്നെടോ?" ചാടാനുള്ള ചുവടുകളുറപ്പിച്ചു കൊണ്ട് കടുവ മുരണ്ടു.

"ഞങ്ങൾ വാസ്തവത്തിൽ താങ്കളുമായി ഒരു കൂടിയാലോചനയ്ക്കു വരുകയായിരുന്നു, സാർ," ചിന്തിച്ചുറച്ചുകൊണ്ട് പെട്ടെന്ന് കുറുക്കൻ പറഞ്ഞു. "ഞങ്ങൾക്കിടയിൽ ഒരു തർക്കമുണ്ടായിരിക്കുകയാണ്. താങ്കളുടെ അതിബുദ്ധികൊണ്ടേ അതു പരിഹരിക്കാൻ കഴിയൂ."

കടുവയ്ക്കു സന്തോഷമായി.

"എന്തോന്നാ തർക്കം?" വിശ്രമസുഖമനുഭവിച്ചുകൊണ്ട് കടുവ ചോദിച്ചു.

''ഞാൻ രണ്ട് കൊഴുത്ത കോഴികളെ പിടിച്ചിട്ടുണ്ട്,'' കുറുക്കൻ പറഞ്ഞു. "എന്നെക്കാൾ വിദ്യാഭ്യാസമുള്ളതുകൊണ്ട് എന്റെ സുഹൃത്ത് പറയുന്നത് അദ്ദേഹത്തിന് ഒരെണ്ണം വേണമെന്നാണ്. അതു ശരിയാണോ?"

"താൻ ഏതു വരെ പഠിച്ചിട്ടുണ്ട്?" ചെന്നായയെ അടിമുടി നോക്കിക്കൊണ്ട് കടുവ ചോദിച്ചു.

ഭയത്താൽ വിറച്ചിട്ട് ചെന്നായയുടെ പല്ലുകൾ കൂട്ടിമുട്ടി.

"വായിൽ എത്ര പല്ലുകളുണ്ടോ അത്രയും യോഗ്യതകളുണ്ടെന്നാണ് അദ്ദേഹം പറയുന്നത്," കുറുക്കൻ വിശദീകരിച്ചു.

"അങ്ങനെയോ?" കടുവ ചോദിച്ചു. "എങ്കിൽ എനിക്കാണ് കൂടുതൽ യോഗ്യതകൾ....കണ്ടോ!'' ഭയജനകമായ പല്ലുകൾ പുറത്തു കാണിച്ചുകൊണ്ട് കടുവ പറഞ്ഞു.

ആ കാഴ്ചകണ്ട് ശക്തി ചോർന്നു പോയ ചെന്നായ മുഖം കുത്തി വീണു.

''താങ്കൾ വലിയ വിദ്യാസമ്പന്നനാണെന്ന് സമ്മതിച്ചുകൊണ്ട് അദ്ദേഹം താങ്കളുടെ പല്ലുകളെ സാഷ്ടാംഗം ചെയ്യുകയാണ്." കുറുക്കൻ വ്യാഖ്യാനിച്ചു. "ഞങ്ങളുടെ തർക്കം പരിഹരിക്കാൻ താങ്കൾ കാണിച്ച വിവേകത്തിന് മുമ്പിൽ ഞാനും നമസ്കരിക്കട്ടെ."

"ഞാൻ അതു പരിഹരിച്ചുവോ?'' അന്ധാളിച്ചുകൊണ്ട് കടുവ ചോദിച്ചു.

''കോഴിയെ താങ്കളിപ്പോൾ സ്വന്തമായി അവകാശപ്പെട്ടിരിക്കെ, എനിക്കോ എന്റെ സുഹൃത്തിനോ അതേക്കുറിച്ച് തർക്കമൊന്നുമില്ല." കുറുക്കൻ പറഞ്ഞു; "എന്നോടൊപ്പം പോന്നോളൂ വീട്ടിലേക്ക്. ഞാൻ കോഴികളെ തരും."

കടുവയ്ക്ക് വലിയ സന്തോഷമായി. ഭക്ഷണത്തിന് കോഴികളെ അപൂർവമായേ അവനു കിട്ടിയിരുന്നുള്ളൂ. തന്നെയുമല്ല, കോഴികളെ തിന്നു കഴിഞ്ഞാൽപ്പിന്നെ കുറുക്കനേയും ചെന്നായയേയും കൂടി തിന്നുന്നതിൽനിന്നും തന്നെ ഒന്നിനും തടയുവാനാവില്ലെന്ന് അവനെ അവന്റെ അതിബുദ്ധി ബോധ്യപ്പെടുത്തുകയും ചെയ്തു.

"വഴികാണിച്ച് നടന്നോളൂ......" കടുവ പറഞ്ഞു.

മലയുടെ ഒരുവശത്തുള്ള ഒരു തുരങ്കത്തിലേക്ക് കുറുക്കൻ അവനെ നയിച്ചു.

"ഇതാ ഇവിടെ." അവൻ പറഞ്ഞു. "എന്റെ ചങ്ങാതി പോയി കോഴികളെ കൊണ്ടുവരും."

ആ തുരങ്കത്തിന്റെ കവാടം ചെന്നായയ്ക്ക് കടക്കാൻ പറ്റാത്തത്ര ഇടുങ്ങിയതായിരുന്നു. എന്നാൽ, അതിനുള്ളിൽ കടന്ന് രക്ഷപ്പെടാനുള്ള മോഹം അവനിൽ തിരതല്ലി. വല്ലവിധത്തിലും ഞെങ്ങിഞെരുങ്ങി അങ്ങനെ ചെന്നായ അകത്തുകടന്നു.

കുറെ നേരം ചെന്നിട്ടും ചെന്നായയെ പുറത്തു കാണാഞ്ഞിട്ട് അവനെ ഉള്ളിൽ തടയുന്നതെന്താണെന്ന് നോക്കാനെന്നും പറഞ്ഞ് കുറുക്കനും തുരങ്കത്തിനുള്ളിൽ കയറി.

താൻ പറ്റിക്കപ്പെട്ടിരിക്കയാണെന്ന് തിരിച്ചറിയാൻ കടുവയ്ക്കു കുറെ സമയം വേണ്ടിവന്നു. താൻ വിദ്യാസമ്പന്നനാണെന്ന കാര്യമെല്ലാം മറന്ന് തുരങ്കകവാടത്തിലേക്ക് മുഖം കടത്തി കുറുക്കനെ ശപിക്കുകയും അസഭ്യങ്ങൾ പറയുകയും ചെയ്തു.

കടുവ പോയ്ക്കഴിഞ്ഞപ്പോൾ കുറുക്കന്റെ സഹായത്തോടെ ചെന്നായ തുരങ്കത്തിൽനിന്നും ഞെങ്ങിഞെരുങ്ങി പുറത്തു കടന്നു.

ഇപ്പോൾ അവന് ഒച്ച പൊങ്ങി: "നിനക്ക് വിദ്യാഭ്യാസമില്ലായിരിക്കാം. പക്ഷേ, നിന്റെ ബുദ്ധിയും തലച്ചോറും അപാരം തന്നെ." കുറുക്കനെ അഭിനന്ദിച്ചുകൊണ്ട് ചെന്നായ പറഞ്ഞു.

"നന്ദി, സാർ!" കുറുക്കൻ പറഞ്ഞു.

**(ഉത്തർപ്രദേശ്)**

# 40

# ശൈഖിന്റെ കൗശലം

**ഒ**രു ശൈഖും അദ്ദേഹത്തിന്റെ ആളുകളും കൂടി മരുഭൂമിയിലൂടെ യാത്ര ചെയ്യുകയായിരുന്നു. ശൈഖ് ഒരു കഴുതപ്പുറത്താണ് സഞ്ചരിച്ചിരുന്നത്. മറ്റുള്ളവരാകട്ടെ ഒട്ടകങ്ങളുടെ പുറത്തും. അവരുടെ സാധനങ്ങൾ വഹിച്ചുകൊണ്ടുപോകാൻ ഒട്ടകങ്ങൾ വേറെയുമുണ്ടായിരുന്നു. ആകെക്കൂടി പത്തൊമ്പത് മനുഷ്യരും തൊണ്ണൂറ് ഒട്ടകങ്ങളും. അവർ ഒരു സാർഥവാഹക സംഘമായി നീങ്ങിക്കൊണ്ടിരുന്നു.

ഒരു ഇംഗ്ലീഷുകാരനും അവരോടൊപ്പം യാത്രചെയ്യുന്നുണ്ടായിരുന്നു. അയാൾ ശൈഖിന്റെ ഒരു കൂട്ടുകാരനായിരുന്നു.

എൺപത് സ്വർണ നാണയങ്ങളടങ്ങിയ ഒരു സഞ്ചിയുമായിട്ടാണ് ഇംഗ്ലീഷുകാരന്റെ യാത്ര. തന്റെ നാണയങ്ങൾ ആരെങ്കിലും മോഷ്ടിച്ചേക്കുമോ എന്ന് അയാൾക്കൊരു ഭയം. അതുകൊണ്ട് എല്ലാ രാത്രിയിലും അവയെല്ലാം എണ്ണിനോക്കുമയാൾ.

ഒരു രാത്രി നോക്കുമ്പോഴുണ്ട് അതാ! നാണയസഞ്ചി കാണാനില്ല. അയാൾ എല്ലായിടത്തും നോക്കി. പക്ഷേ, അയാൾക്കത് കണ്ടുകിട്ടിയില്ല.

അടുത്ത ദിവസം രാവിലെതന്നെ അയാൾ ശൈഖിനെ കണ്ടു പറഞ്ഞു: "താങ്കളുടെ കൂട്ട് ഈ ദിവസമത്രയും എനിക്ക് സന്തോഷം നൽകി. ഈ യാത്ര ഞാൻ ആസ്വദിക്കുകയും ചെയ്തു. പക്ഷേ, ഇന്നിതാ ഒരു മോശപ്പെട്ട കാര്യമുണ്ടായിരിക്കുന്നു. എൺപത് സ്വർണനാണയങ്ങളടങ്ങുന്ന എന്റെ സഞ്ചി ആരോ മോഷ്ടിച്ചു."

കുറച്ചുനേരം ആലോചിച്ചശേഷം ശൈഖ് പറഞ്ഞു: "വിഷമിക്കരുത്, സൂര്യാസ്തമയത്തിന് മുമ്പ് താങ്കളുടെ സ്വർണം തിരികെ ലഭിക്കും. കള്ളനെ പിടികൂടുന്നതുവരെ നമ്മൾ ഈ സ്ഥലം വിടില്ല."

പിന്നീട് ശൈഖ് തന്റെ ആളുകളെയെല്ലാം വിളിച്ചു. എല്ലാവരും വന്നു

കഴിഞ്ഞപ്പോൾ അദ്ദേഹം പറഞ്ഞു: "നമ്മുടെ ക്യാമ്പിൽ മോശപ്പെട്ട ഒരു കാര്യം നടന്നിരിക്കുന്നു. ഈ മാന്യനായ മനുഷ്യന്റെ എൺപത് സ്വർണനാണയം ആരോ മോഷ്ടിച്ചു. ഈ മാന്യൻ എന്റെ ഒരു സുഹൃത്താണ്. അദ്ദേഹം നമ്മുടെ അതിഥിയുമാണ്. കട്ടെടുക്കുക എന്നത് ഒരു കുറ്റകൃത്യമാണ്. ഒരു അതിഥിയിൽനിന്നും മോഷ്ടിക്കുക എന്നത് ഏറെ കുറ്റകരവും. നമ്മുടെ ക്യാമ്പിനടുത്ത് ഇന്നലെ ആരും തന്നെ വന്നിട്ടില്ല. അതുകൊണ്ട് കള്ളൻ ഇവിടെ തന്നെയുണ്ട് എന്നത് വ്യക്തം. അയാൾ ഇപ്പോൾ മുന്നോട്ടുവരികയാണെങ്കിൽ, ഞാൻ അവന് മാപ്പുകൊടുക്കും. ഇല്ലെങ്കിൽ ഞാൻ അവനെ ഉടനെ കണ്ടുപിടിക്കും. പിന്നെ ഞാൻ അവനെ കൊന്നുകളയും."

ശൈഖ് കുറേനേരം കാത്തു. ആരും ഒന്നും പറഞ്ഞില്ല. പിന്നെ, തന്റെ കഴുതയെയും തെളിച്ചുകൊണ്ട് കൂടാരത്തിനുള്ളിൽ കയറി പ്രവേശനകവാടം അടച്ചു.

തന്റെ കൂടാരത്തിനുള്ളിൽ കുറേ നേരമിരുന്ന ശൈഖ് വൈകുന്നേരത്തോടെ മാത്രമേ പുറത്തുവന്നുള്ളൂ.

ഒരിക്കൽക്കൂടി എല്ലാവരെയും വിളിച്ചുകൂട്ടിയിട്ട് ശൈഖ് പറഞ്ഞു: "കള്ളൻ മുമ്പോട്ടുവന്ന് കുറ്റം സമ്മതിക്കുമെന്ന് കരുതി കാത്തിരിക്കുകയായിരുന്നു ഞാൻ ഈ നേരമത്രയും. പക്ഷേ, ആരും തന്നെ മുമ്പോട്ടു വന്നില്ല. ഇനിയിപ്പോൾ എന്റെ കഴുതയുടെ സഹായത്താൽ ഞാൻ കള്ളനെ കണ്ടുപിടിക്കാൻ പോവുകയാണ്. ചില മാന്ത്രികശക്തികളൊക്കെയുള്ള ഒരു പ്രത്യേക കഴുതയാണിത്. ഇപ്പോൾ കഴുത എന്റെ കൂടാരത്തിലാ ഉള്ളത്. നിങ്ങൾ ഓരോരുത്തരായി ചെന്ന് കഴുതയുടെ വാലിൽ പിടിച്ച് വലിക്കണം. ഒരു കുറ്റവും ചെയ്യാത്ത ആളാണ് വാലിൽ പിടിക്കുന്നതെങ്കിൽ കഴുത നിലവിളിക്കുകയില്ല. കള്ളനാണ് വാലിൽ തൊടുന്നതെങ്കിൽ കഴുത വലിയ ശബ്ദമുണ്ടാക്കും. അങ്ങനെ എനിക്ക് കള്ളനെ പിടികൂടാനും കഴിയും. ഓരോരുത്തരായി ചെന്ന് കഴുതയുടെ വാലിൽ പിടിച്ചു വലിക്കൂ."

ശൈഖ് അവിടെ ഇരുന്നു. ഓരോരുത്തരായി കൂടാരത്തിൽ കയറി അൽപ്പനേരത്തിനുശേഷം പുറത്തുവന്നു. അങ്ങനെ പത്തൊമ്പതുപേരും പോയിവന്നു. പക്ഷേ, കഴുത ഒരു ശബ്ദവും ഉണ്ടാക്കിയില്ല.

ഇംഗ്ലീഷുകാരൻ നിരാശനായി. അയാൾ ശൈഖിനോട് പറഞ്ഞു: "താങ്കളുടെ കഴുതയ്ക്ക് കള്ളനെ പിടിക്കാൻ കഴിഞ്ഞില്ല."

"വിഷമിക്കാതെ," ശൈഖ് പറഞ്ഞു; "താങ്കൾക്ക് സ്വർണം തിരികെ ലഭിക്കും."

കൈകൾ നീട്ടി എല്ലാവരും നിരന്നുനിൽക്കുവാൻ ശൈഖ് തന്റെ സംഘാംഗങ്ങളോട് ആവശ്യപ്പെട്ടു. ശൈഖ് ആദ്യത്തെ ആളിന്റെ അടുത്തുചെന്നു കുനിഞ്ഞ് തന്റെ മൂക്ക് അയാളുടെ കൈത്തലത്തോട് ചേർത്തു. അങ്ങനെ അയാൾ രണ്ടാമനെയും മൂന്നാമനെയുമെല്ലാം പരിശോധിച്ച് പന്ത്രണ്ടാമനിൽ എത്തി. അയാളുടെ കൈത്തലങ്ങളോട് മൂക്ക്

ചേർത്തുകൊണ്ട് പെട്ടെന്ന് ശൈഖ് വിളിച്ചുപറഞ്ഞു: "എടാ വൃത്തികെട്ട കള്ളാ! നിന്നെ ഞാൻ കൊല്ലും!"

അയാൾ ശൈഖിന്റെ കാൽക്കൽ വീണു. "എന്നോട് ക്ഷമിക്കൂ," അയാൾ പറഞ്ഞു. പിന്നെ കൂടാരങ്ങൾക്ക് പിറകിൽ ഒരു സ്ഥലത്തേക്ക് ഓടിപ്പോയി അയാൾ സ്വർണനാണയ സഞ്ചിയുമായി വന്നു.

ശൈഖ് ആ സഞ്ചി അദ്ദേഹത്തിന്റെ കൂട്ടുകാരന് കൊടുത്തു. ഇംഗ്ലീഷുകാരൻ എണ്ണിനോക്കിയപ്പോൾ എൺപത് നാണയങ്ങളും ഉണ്ടായിരുന്നു.

ശിക്ഷയായി കള്ളന് ഇരുപത് അടി നൽകുവാൻ ശൈഖ് ഉത്തരവിട്ടു.

ആ രാത്രി ഇംഗ്ലീഷുകാരൻ ശൈഖിനോട് ചോദിച്ചു: "താങ്കൾ എങ്ങനെയാണ് കള്ളനെ കണ്ടുപിടിച്ചത്?"

ഒരു ചെറിയ ചിരിയോടെ ശൈഖ് പറഞ്ഞു: "കർപ്പൂരഗന്ധമുള്ള ഒരു എണ്ണ ഞാൻ എന്റെ കഴുതയുടെ വാലിൽ പുരട്ടിയിരുന്നു. അതിന്റെ വാലിൽ പിടിച്ചവരുടെയെല്ലാം കൈകളിൽ ആ എണ്ണയുടെ ഗന്ധമുണ്ടായിരുന്നു. കള്ളന്റെ കൈകളിൽ ആ മണമില്ലായിരുന്നു. കാരണം അയാൾ വാലിൽ പിടിച്ചിരുന്നില്ല. വാലിൽ പിടിച്ചാൽ കഴുത വിളിക്കുമെന്ന ഭയമായിരുന്നു അയാൾക്ക്."

**(അറേബ്യ)**

# 41

# രാത്രിസഞ്ചാരി

**വ**ഴുതിനങ്ങാ സാമ്പാർ ഉണ്ടാക്കുന്നതിന് വഴുതിനങ്ങാ കൊണ്ടു വരാൻ ഒരുദിവസം തർവാദിയുടെ ഭാര്യ ഭർത്താവിനോട് പറഞ്ഞു. വാസാറാം ഭൂവോയുടെ തോട്ടത്തിൽ ധാരാളം നല്ല വഴുതിനങ്ങകൾ വിളഞ്ഞു നിൽപ്പുണ്ടായിരുന്നു. അവിടെ ഒളിച്ചുകടന്ന് അയാൾ ആവശ്യത്തിന് വഴുതിനങ്ങ കട്ടെടുത്തു പോന്നു.

വഴുതിനങ്ങാ തോട്ടമുടമയായ വാസാറാം ഭൂവോ ഉഗ്രനായ ഒരു മനുഷ്യനും കഠിനാധ്വാനം ചെയ്യുന്ന കൃഷിക്കാരനുമായിരുന്നു. ആരോ തന്റെ വഴുതിനങ്ങകൾ മോഷ്ടിക്കുന്നുണ്ടെന്നറിഞ്ഞ് കാവലിരുന്ന് ആളെ പിടികൂടുവാൻ ഒരു ദിവസം അയാൾ നിശ്ചയിച്ചു. തർവാദി തോട്ടത്തിൽ കടക്കുന്നത് ഒരു രാത്രി അയാൾ കണ്ടുപിടിച്ചു. തന്നെ ഒരാൾ വീക്ഷിക്കുന്നുണ്ടെന്നറിയാതെ വഴുതിനങ്ങകൾ അയാൾ പറിച്ചെടുക്കാൻ ഒരുമ്പെട്ടു. എന്നാൽ അവയിൽ തൊടുന്നതിന് മുമ്പുതന്നെ വാസാറാം അയാളെ പിടികൂടി വലിച്ചിഴച്ചുകൊണ്ടുപോയി. അയാൾ തർവാദിയെ ഒരു കുളത്തിനരികിൽ തള്ളി.

“കുളം, കുളം! എത്ര തവണ ഞാനീ നാശത്തെ തന്റെ വെള്ളത്തിൽ മുക്കണം?” വാസാറാം ചോദിച്ചു.

“പ്രിയപ്പെട്ട ഭൂവോ! നൂറോ ഇരുന്നൂറോ പ്രാവശ്യം അവനെ മുക്കുക,” കുളത്തിനുവേണ്ടി മറുപടി പറഞ്ഞുകൊണ്ട് വാസാറാം തന്നെ പറഞ്ഞു.

അന്നു രാത്രി വൈകി വീട്ടിലേക്കു വേച്ച്വേച്ച് നടന്നു ചെന്ന തർവാദി ആകെ നനഞ്ഞു കുതിർന്നിരുന്നു. പക്ഷേ, മോഷണവാസന അതോടെ അയാളിൽനിന്നും എന്നെന്നേക്കുമായി വിട്ടുപോവുകയും ചെയ്തിരുന്നു.

**(ഗുജറാത്ത്)**

## 42

# ആരാണെന്നറിയാതെ

ഗർഭിണിയായ ഒരു പെൺകടുവ ഒരിക്കൽ ഒരാട്ടിൻ പറ്റത്തിന് നടുവിൽ ചെന്നുചാടി. അന്നേരംതന്നെ അതിന് പ്രസവവേദനയും തുടങ്ങി. ഒരു കടുവാക്കുഞ്ഞിന് ജന്മം നൽകിയിട്ട് അതുടനെ മരിക്കുകയും ചെയ്തു.

ദയാലുക്കളായ ആ ആടുകൾ കടുവാക്കുഞ്ഞിന് പാലുകൊടുത്തും മറ്റും സ്വന്തം കുഞ്ഞിനെപ്പോലെ വളർത്തി. ആടുകൾ പുല്ലു തിന്നപ്പോൾ കടുവാക്കുഞ്ഞും അതു ചെയ്തു. ആടുകളുടെ കരച്ചിൽ കേട്ട് പഠിച്ചിട്ട് അതും അങ്ങനെ തന്നെ ചെയ്തു. എന്നാലും കടുവാക്കുഞ്ഞിന്റെ 'ആടുകരച്ചിൽ' കുറച്ച് വിചിത്രം തന്നെ ആയിരുന്നേ! കടുവാക്കുഞ്ഞ് ആടുകളുടെ സ്വഭാവം കാണിച്ച് വളർന്നു വന്നു.

പുല്ലു തിന്നുന്ന കടുവാക്കുഞ്ഞിനെ ഒരുദിവസം കൂറ്റനായ ഒരു കടുവ കാണാനിടയായി. വലിയ കടുവ അടുത്തു വന്നതോടെ ആടുകൾ ചിതറിയോടി. കുടവാക്കുഞ്ഞ് തനിച്ചായി. പേടിച്ചിട്ട് അവൻ ആട് കരയും പോലെ വിളിച്ചു. വലിയ കടുവ കടുവാക്കുഞ്ഞിന്റെ അരികിൽ വന്നു. അതിനോട് സംസാരിച്ചു കൂട്ടുകൂടി. എന്നിട്ടതിനെ വലിച്ചുകൊണ്ട് ഒരു തടാകത്തിനടുത്തേക്ക് ചെന്നു. "നീയിനി വെള്ളത്തിൽ നിന്നെ നോക്കൂ. അതാണ് നീ. എന്നെ നോക്കൂ. നീ തീർത്തും എന്നെപ്പോലെ തന്നെ. നീ ആടല്ല, കടുവയാണ്. നിന്റെ ഭക്ഷണം പുല്ലല്ല മാംസമാണ്," വലിയ കടുവ പറഞ്ഞു.

പുല്ലു തിന്നുന്ന കടുവയ്ക്ക് അത് വിശ്വസിക്കാനായില്ല. തന്നിൽ നിന്നും ഒട്ടും വ്യത്യസ്തനല്ലെന്ന് വലിയ കടുവ കടുവാക്കുഞ്ഞിനെ ക്രമേണ വിശ്വസിപ്പിച്ചു. ആദ്യമാദ്യം കടുവാക്കുഞ്ഞ് മാംസം തൊടില്ല. അത് പുല്ല് തിന്നും ആട് കരയുംപോലെ കരഞ്ഞും കഴിഞ്ഞു. ഒരു ദിവസം

വലിയ കടുവ അതിനെ ഒരു കഷണം മാംസം നിർബന്ധിച്ച് കഴിപ്പിച്ചു. ചോരയുടെ രുചി അതിന് ഇഷ്ടപ്പെട്ടു. ആട് കരച്ചിലും പുല്ല് തീറ്റയും അത് നിർത്തി. താൻ ആടല്ല കടുവയാണെന്ന സംഗതി അത് തിരിച്ചറിഞ്ഞു. പിന്നീടവൻ ആ വലിയ കടുവയോടൊപ്പം പോയി ഒരു കടുവയെപ്പോലെ ജീവിച്ചു.

**(പശ്ചിമ ബംഗാൾ)**

# 43

# മൂക്കില്ലാരാജ്യത്ത്

**കൊ**ള്ളക്കാരനായി മാറിയ ഒരു യാചകനെ പിടികൂടി രാജാവിന്റെ മുമ്പിൽ ഹാജരാക്കി.

മൂക്ക് മുറിച്ചു കളയുക എന്നതായിരുന്നു കൊള്ളയ്ക്കുള്ള ശിക്ഷ. അയാളുടെ മൂക്ക് ചെത്തിക്കളഞ്ഞപ്പോൾ തന്നെ "എനിക്കിപ്പോൾ ദൈവത്തെക്കാണാം, എനിക്ക് ദൈവത്തെക്കാണാം." എന്നിങ്ങനെ ആ യാചകൻ വിളിച്ചു കൂവാൻ തുടങ്ങി. നാട്ടിൻ പുറത്തെല്ലാം ചുറ്റി നടന്നുകൊണ്ട് അയാൾ ഈ വിളംബരം നടത്തി.

തങ്ങൾക്കും എന്തുകൊണ്ട് ദൈവത്തെ കാണുവാനാകുന്നില്ല എന്ന് ജനങ്ങൾ ചോദിച്ചപ്പോൾ കാഴ്ചയ്ക്ക് തടസ്സമായി മൂക്ക് നിൽക്കുന്നതു കൊണ്ടാണ് ദൈവത്തെ കാണാനാകാത്തതെന്നും മൂക്ക് ചെത്തിക്കളഞ്ഞാൽ നിങ്ങൾക്ക് ദൈവത്തെ കാണാനാകുമെന്ന് ആ യാചകൻ വിശദമാക്കി.

ദൈവത്തെക്കാണാൻ അങ്ങേയറ്റം ആശിച്ചുപോയ ഒരുവൻ മൂക്ക് ചെത്തിക്കളയുക തന്നെ ചെയ്തു.

"ഇപ്പോൾ നിനക്ക് ദൈവത്തെക്കാണാമോ?" യാചകൻ ചോദിച്ചു.

"അതെ, അതെ, ആവും." ആ മനുഷ്യൻ പറഞ്ഞു. അതേ തുടർന്ന് വേറെയും ഒരുപാട് പേർ അങ്ങനെ മൂക്ക് ചെത്തിക്കളഞ്ഞു.

മൂക്കില്ലാത്തവരുടെ സംഘം അങ്ങനെ വർധിച്ചുവർധിച്ചു വന്നു. അവർ ആയിരക്കണക്കിന് പേരുണ്ടായി. അതേക്കുറിച്ച് കേൾക്കാനിടയായ രാജാവ് അതിന്റെ നേതാവായ പഴയ യാചകനെ കൊട്ടാരത്തിലേക്ക് വിളിച്ചു വരുത്തി.

"നിനക്ക് ശരിക്കും ദൈവത്തെക്കാണാനാകുമോ?" രാജാവ് ചോദിച്ചു.

"അതെ." യാചകൻ പറഞ്ഞു.

"ഞാൻ എന്റെ മൂക്ക് മുറിച്ച് കളഞ്ഞാൽ എനിക്കും അദ്ദേഹത്തെ ക്കാണാൻ പറ്റുമോ?"

"തീർച്ചയായും."

യാചകൻ പൊയ്ക്കഴിഞ്ഞപ്പോൾ, മൂക്ക് ചെത്തി മൂക്കില്ലാത്തവരുടെ സംഘത്തിൽ ചേരാൻ പോലും മടിക്കാത്ത വിധം ദൈവത്തെക്കാണാ നുള്ള തന്റെ ആഗ്രഹം ശക്തമാണെന്ന് രാജാവ് മുഖ്യമന്ത്രിയോട് ഏറ്റു പറഞ്ഞു.

മന്ത്രി അന്ധാളിച്ചു പോയി.

"ധൃതിപ്പെടരുത്." അയാൾ ഉപദേശിച്ചു; "മൂക്കിനു മുകളിലാണ് കണ്ണുകൾ സ്ഥിതി ചെയ്യുന്നത്. മൂക്കിന് കണ്ണിന്റെ കാഴ്ചയെ എങ്ങനെ യാണ് തടസ്സപ്പെടുത്തുവാൻ കഴിയുക എന്ന് എനിക്കു മനസിലാകുന്നില്ല. ഇവൻ ആള് തട്ടിപ്പുക്കാരനാ."

"അയാളുടെ അനുയായികളോ?" രാജാവ് ചോദിച്ചു; "ദൈവത്തെ കാണാൻ കഴിയുന്നെന്ന് അവരും അവകാശപ്പെടുന്നുണ്ടല്ലോ?"

"തങ്ങൾ പറ്റിക്കപ്പെടുന്നുവെന്ന് സമ്മതിക്കാൻ വയ്യാത്തതുകൊ ണ്ടാണ് അവർ അങ്ങനെ ചെയ്യുന്നത്." മന്ത്രി പറഞ്ഞു: "അതു കൊണ്ടാണ് അവർ എനിക്കു ദൈവത്തെ കാണാം, എനിക്കു ദൈവത്തെ കാണാം എന്നിങ്ങനെ പറഞ്ഞു കൊണ്ടിരിക്കുന്നത്."

രാജാവിന് വിശ്വാസമായില്ല. മന്ത്രി അദ്ദേഹത്തെ രാജധാനിയിലെ ജയിലിലേക്കു കൊണ്ടുപോയി. ആയിടെ തടവിലടയ്ക്കപ്പെട്ട ഒരു കൊള്ള ക്കാരനെ വിളിച്ചുകൊണ്ടുവരാൻ മന്ത്രി ജയിൽ വാർഡനോട് പറഞ്ഞു. ആളെ ഹാജരാക്കിയപ്പോൾ അയാൾ മൂക്കില്ലാത്തവനായിരുന്നുവെന്ന് രാജാവ് കണ്ടു.

"മൂക്ക് ചെത്തിക്കളഞ്ഞപ്പോൾ നിന്റെ ജീവിതത്തിൽ മാറ്റം വല്ലുത മുണ്ടായോ?" രാജാവ് ചോദിച്ചു.

"അതെ, എനിക്കിപ്പോൾ നന്നായി ശ്വസിക്കുവാൻ പറ്റും. അടഞ്ഞ മൂക്കിന്റെ പ്രശ്നമേയില്ല."

"പക്ഷേ, നിനക്ക് ദൈവത്തെ കാണാൻ കഴിയുമോ?" രാജാവ് ചോദിച്ചു.

"അതെ," കൊള്ളക്കാരൻ പറഞ്ഞു. "നിനക്കു ദൈവത്തെ കാണാൻ കഴിയുമെന്നോ?" മന്ത്രി അവിശ്വാസത്തോടെ ചോദിച്ചു.

"എന്റെ രാജാവാണ് എന്റെ ദൈവം." വ്യാജസ്തുതി പൊഴിച്ചു കൊണ്ട് കൊള്ളക്കാരൻ പറഞ്ഞു; "അദ്ദേഹത്തിനു മാത്രമേ എന്നെ ഈ ഭയങ്കര തടവറയിൽ നിന്നു രക്ഷിക്കാനാവൂ."

"അല്ല. അല്ലല്ല. എടാ മണ്ടാ! നിനക്ക് യഥാർഥ ദൈവത്തെ കാണാൻ കഴിയുമോ?" രാജാവ് ശബ്ദമുയർത്തി ചോദിച്ചു.

കൊള്ളക്കാരൻ നിഷേധാർഥത്തിൽ തലയാട്ടി.

ആ യാചകൻ ഒരു തട്ടിപ്പുകാരൻ തന്നെയാണെന്ന് രാജാവിന് ഇപ്പോൾ നല്ലവണ്ണം തിട്ടമായി. കോപിഷ്ഠനായ രാജാവ് അയാളെ ഹാജ

രാക്കുവാൻ ആളെ അയപ്പിച്ചു. യോദ്ധാക്കൾ വരുന്നത് കണ്ട് "കളിയൊക്കെക്കഴിഞ്ഞു" വെന്ന് തിരിച്ചറിഞ്ഞു ആ യാചകൻ.

"തലയില്ലാതിരിക്കുന്നതിനേക്കാൾ നന്ന് മൂക്കില്ലാതിരിക്കുന്നതു തന്നെ!" തന്റെ അനുയായികൾക്ക് അവസാനമായി നൽകുവാനുണ്ടായിരുന്ന സന്ദേശമതായിരുന്നു. അതയാൾ വിളിച്ചു പറഞ്ഞിട്ടു. പുറം വാതിലിലൂടെ ഓടി മറഞ്ഞു. പിന്നീടയാളെ എങ്ങും കണ്ടിട്ടുമില്ല, അയാളെക്കുറിച്ച് ഒന്നും തന്നെ കേട്ടിട്ടുമില്ല.

**(ഊരറിയാക്കഥ)**

# 44

# ഇടിമിന്നൽ

**അ**ഭിജാതനായ യജമാനൻ ചെൻയുവിന് പുറകിലായി കുതിരപ്പുറത്ത് സഞ്ചരിക്കുകയായിരുന്നു അയാളുടെ ഭൃത്യൻ. തിരിഞ്ഞ് നോക്കിയപ്പോൾ തന്റെ ഭൃത്യൻ വളരെ പുറകിലാണെന്ന് കണ്ട് വേഗത്തിൽ കുതിരയോടിച്ച് വരാൻ ചെൻയു കൽപ്പന കൊടുത്തു. വളരെ പണിപ്പെട്ട് ഭൃത്യൻ യജമാനനോടൊപ്പമെത്തി.

"എന്റെ തൊട്ടുപുറകിൽ തന്നെ ഉണ്ടായിരിക്കണം," ചെൻയു അലറി.

"ഏമാനേ, എന്റെ കുതിര പ്രായം ചെന്നതാണ്. അതിന് താങ്കളുടേതിനൊപ്പം നിൽക്കാൻ കഴിയില്ല," ഭൃത്യൻ അറിയിച്ചു.

"നീ തീറ്റകൊടുക്കാത്തതുകൊണ്ടാണ്!" ചെൻയു കോപത്തോടെ പറഞ്ഞു. മാത്രവുമല്ല, അവനെ കുതിരപ്പുറത്തു നിന്നും വീഴ്ത്തുമാറ് അവന്റെ തലയ്ക്ക് ഉഗ്രമായ ഒരിടിയും കൊടുത്തു യജമാനൻ.

അവർ യാത്ര തുടർന്നു. ചെൻയുവിന്റെ കോപം കെട്ടടങ്ങിയിരുന്നു. എന്നാൽ ഭൃത്യൻ ഉള്ളിൽ നീറിപ്പുകയുകയായിരുന്നു. തന്നെ ആദ്യമായിട്ടല്ല യജമാനൻ ഇടിക്കുന്നത്. തന്നെ ഇടിക്കുവാനുള്ള ഒരു ചാക്ക് കെട്ടായി ഉപയോഗിക്കുന്നതിൽ അവന് അതിയായ അമർഷം തോന്നി.

ഭൃത്യൻ അങ്ങനെ ചിന്തിച്ച് കൊണ്ടിരുന്നപ്പോഴേക്കും ആകാശമിരുണ്ട് ഇടിവെട്ടാൻ തുടങ്ങി. ചെൻയുവിന് ഇടിമിന്നലിനെ പേടിയായിരുന്നു. അയാൾ ഭീതിയോടെ ആകാശത്തേക്കു നോക്കി.

പിന്നെയും ഇടിവെട്ടിയപ്പോൾ അയാൾ കണ്ണുകൾ ഇറുക്കിയടച്ചു. മുഖം കുതിരയുടെ കുഞ്ചിരോമത്തിൽ ഒളിപ്പിച്ചു. യജമാനന്റ അസ്വസ്ഥത കണ്ടപ്പോൾ ഭൃത്യന് ഒരു വക്രബുദ്ധി തോന്നി.

അടുത്ത പ്രാവശ്യം ഇടിവെട്ടിയപ്പോൾ ഭൃത്യൻ കുതിരപ്പുറത്ത് യജ

മാനനോളം ചെന്നിട്ട് അയാളുടെ തലയുടെ പുറകിൽ ശക്തിയായി ഇടിച്ചു. ഒപ്പം ഇങ്ങനെ വിളിച്ചു പറയുകയും ചെയ്തു.

"മിന്നൽ, ഇടിമിന്നൽ!"

തനിക്കു ഇടിമിന്നലേറ്റുവെന്ന് വിചാരിച്ച് ചെൻയു കുതിരയുടെ പുറത്ത് കമിഴ്ന്നു വീണു.

കുറച്ചു കഴിഞ്ഞ് അയാൾ തലപൊക്കി. പിന്നെയും ഇടിവെട്ടിയപ്പോൾ ഭൃത്യൻ അയാളെ ഇടിച്ചിട്ട് മുമ്പത്തെപ്പോലെ വിളിച്ചു കൂവി. ഇങ്ങനെ വീണ്ടും വീണ്ടുമുണ്ടായി. പത്താമതും അത് സംഭവിച്ചപ്പോൾ ആഢ്യനായ ആ യജമാനൻ കുതിരപ്പുറത്തുനിന്നും വീണ് ബോധരഹിതനാവുക തന്നെ ചെയ്തു.

ഭൃത്യൻ കുതിരപ്പുറത്തുനിന്നും ഇറങ്ങി യജമാനന്റെ അരികിൽ ഇരുന്നു. താൻ ചെയ്ത കാര്യത്തിൽ അയാൾക്ക് അതിയായ സങ്കടം തോന്നി. അദ്ദേഹം തന്റെ യജമാനനായിരുന്നുവെന്ന് മാത്രമല്ല തന്നെക്കാൾ പ്രായം കൂടിയവനുമായിരുന്നു. ചെൻയു അനങ്ങാൻ തുടങ്ങിയപ്പോൾ ഭൃത്യൻ താഴെ വീണുകിടന്ന് കണ്ണുകളടച്ചു. ബോധം തെളിഞ്ഞെഴുന്നേറ്റപ്പോൾ, തന്റെ ഭൃത്യനും ഇടിയേറ്റ് ബോധമറ്റുവീണിരുന്നതായി കണ്ട് ചെൻയുവിന് സന്തോഷം തോന്നി. അദ്ദേഹം അവനെ കുലുക്കിയുണർത്താൻ തുടങ്ങി. അവൻ കണ്ണുതുറന്നെങ്കിലും ബോധം കുഴഞ്ഞവനെപ്പോലെ അഭിനയിച്ചു.

"എന്തുണ്ടായി, യജമാനൻ?" അവൻ ചോദിച്ചു.

"ഇടിമിന്നൽ ഒറ്റത്തവണയേ നിന്നിൽ പതിച്ചുള്ളൂ. അപ്പോഴേക്കും നീ ബോധം കെട്ട് വീണു!" ചിരിച്ചുകൊണ്ട് ചെൻയു പറഞ്ഞു; "വീഴുന്നതിന് മുമ്പ് എന്നിൽ അതു പത്തുതവണ പതിച്ചു."

കാറ്റും കോളുമൊക്കെ അടങ്ങിയപ്പോൾ അവർ യാത്ര തുടർന്നു. തന്റെ ഭൃത്യനോട് ക്രൂരത കാണിച്ചതിന്റെ പേരിൽ ദൈവം തന്നെ ശിക്ഷിച്ചതാണെന്ന് ചെൻയുവിന് തോന്നി. പിന്നീടൊരിക്കൽപ്പോലും അയാൾ ഭൃത്യനെ ഇടിച്ചിട്ടില്ല.

**(ചൈന)**

# 45

## വിട്ടുമാറാത്ത സ്നേഹം

ഒരു കുറ്റവാളിയെ കൊല്ലുന്നതുകാണുവാൻ ജനങ്ങളെല്ലാം കൂടി യിരിക്കുകയായിരുന്നു. രാജ്യദ്രോഹത്തിനുള്ള ശിക്ഷ അയാൾക്കു നൽക ണമെന്നതാണ് രാജകൽപ്പന. ശിക്ഷ നടപ്പിലാക്കുന്ന സമയമെത്താൻ എല്ലാവരും ഉൽക്കണ്ഠയോടെ കാത്തിരിക്കുകയായിരുന്നു.

ചങ്ങലകളിൽ ബന്ധിച്ചു നാല് കൂറ്റൻ വേട്ടനായ്ക്കളെ അധികം താമസിയാതെ ശിക്ഷാമണ്ഡപത്തിലേക്കു കൊണ്ടുവന്നു. ഇരയെ കടിച്ചു കീറുവാൻ വേണ്ട പരിശീലനം കിട്ടിയവയായിരുന്നു അവയെല്ലാം. കുറെ ദിവസങ്ങളായി അവയെ പട്ടിണിക്കിട്ടിരിക്കുകയായിരുന്നു. ആയുധധാ രികളായ ഗാർഡുകളുടെ അകമ്പടിയോടെ കുറ്റവാളിയെ അവിടെ കൊണ്ടുവന്നു. കൈവിലങ്ങുകളാലും ചങ്ങലകളാലും ബന്ധിതനായി രുന്നു അയാൾ. രാജാവിന്റെ ഒരു ഉന്നതോദ്യോഗസ്ഥൻ മുമ്പോട്ടു വന്ന് രാജകൽപ്പനയിൽ നിന്നും ഇപ്രകാരം വായിച്ചു: "മഹോന്നതനായ നമ്മുടെ രാജാവിന് ഒരിക്കൽ പ്രിയപ്പെട്ടവനായിരുന്നു ഇയാൾ. ചതിവി ലേക്കും രാജാവിനെതിരെ ഗൂഢാലോചന നടത്തുന്നതിലേക്കും ഇവൻ തിരിഞ്ഞു. വിശന്നുവലഞ്ഞ ഈ നായ്ക്കൾ ഇവനെ ഇപ്പോൾ തിന്നു തീർക്കും. ഇയാൾ മരിക്കാൻ വിധിക്കപ്പെട്ടിരിക്കുന്നു. നോക്കിനിൽക്കു ന്നവർക്ക് ഇതൊരു പാഠമായിരിക്കട്ടെ. നമ്മുടെ ഭരണാധിപനെതിരെ ചതി പ്രയോഗങ്ങൾ നടത്തുന്നതിൽ നിന്നും അവരെല്ലാം പിന്തിരിയട്ടെ."

ജനങ്ങൾ പിറുപിറുക്കാൻ തുടങ്ങി. "കുറച്ചു ദിവസം മുമ്പു വരെ ഇയാൾ പ്രശസ്തനും രാജാവിന് പ്രിയങ്കരനുമായിരുന്നു." ഒരുവൻ പറഞ്ഞു. "അയാൾ തീർത്തും നിരപരാധിയാണെന്ന് തോന്നുന്നു. അയാൾക്ക് ഒട്ടും തന്നെ പേടിയില്ലല്ലോ." മറ്റൊരുത്തൻ പറഞ്ഞു.

രാജകീയവാഹനം വരുന്നതായി, അതിനിടയ്ക്ക് വിളംബരം ചെയ്യ

പ്പെട്ടു. രാജകീയ വേഷങ്ങളണിഞ്ഞ്, വൈരക്കല്ലുകളും രത്നങ്ങളും പതിച്ച കിരീടം ധരിച്ച് രാജാവ് സിംഹാസനത്തിൽ വന്നിരുന്നു. കുലീനന്മാർ, മന്ത്രിമാർ, രാജസേവകന്മാർ, മുഖസ്തുതിക്കാർ എല്ലാവരും അദ്ദേഹത്തിന് ചുറ്റിലുമായി നിന്നു. എങ്ങും നിശ്ശബ്ദത തളം കെട്ടി. നിഷ്കളങ്കനായ ആ യുവാവിന്റെ മുഖത്തും ആർത്തിപൂണ്ട വേട്ടപ്പട്ടികളുടെ മേലും ക്രൂരനായ രാജാവിന്റെ മുഖത്തും ജനങ്ങൾ മാറിമാറി നോക്കി. കൈവിലങ്ങും ചങ്ങലയും കൊണ്ട് ബന്ധിച്ചിരുന്ന യുവാവിനെ വേട്ടപ്പട്ടികളെ നേരിടാൻ തനിച്ചാക്കിയിരിക്കുകയാണ്. രാജാവ് സൂചന നൽകിയതനുസരിച്ച് പട്ടികളെ അഴിച്ചു വിട്ടു. കുറ്റവാളിയെ വിജയഭാവത്തിൽ നോക്കി നിന്ന ജനത്തെ രാജാവ് അപ്പോഴൊന്നു വീക്ഷിച്ചു. ജനങ്ങളുടെ ഹൃദയങ്ങൾ പടപടാന്ന് ഇടിക്കുകയായിരുന്നു. അമ്മമാർ കുഞ്ഞുങ്ങളെ മാറോട് ചേർത്തണച്ചു. ചിലർ അവരുടെ മുഖങ്ങൾ രണ്ട് കൈകൊണ്ടും പൊത്തി.

വേട്ടനായ്ക്കൾ തങ്ങളുടെ ഇരയുടെ നേർക്ക് ചാട്ടുളികളെപ്പോലെ പാഞ്ഞു ചെന്നു. കുറച്ച് നിമിഷങ്ങൾക്കുള്ളിൽ സുന്ദരനായ ആ യുവാവ് ഇല്ലാതായിത്തീരുമല്ലോ എന്നോർത്ത് ജനങ്ങൾ ഞെട്ടി. എന്നാൽ, പട്ടികൾ ആ യുവാവിന്റെ കാൽപാദങ്ങളിൽ നക്കിക്കൊണ്ട് വാലാട്ടി നിന്നതേയുള്ളൂ. ആളുകൾക്ക് അവരുടെ കണ്ണുകളെ വിശ്വസിക്കാൻ കഴിഞ്ഞില്ല. രാജാവും ആകെ ഞെട്ടിപ്പോയിരുന്നു. ജയിൽ സൂപ്രണ്ടിനെ വിളിച്ച് കുറ്റവാളിയെ തന്റെ മുമ്പിൽ ഹാജരാക്കുവാൻ രാജാവ് കൽപ്പനയിട്ടു. കുറ്റവാളിയായ യുവാവിനെ കൊണ്ടുവന്നപ്പോൾ രാജാവു ചോദിച്ചു: "എടാ രാജ്യദ്രോഹീ, പട്ടികളെ കബളിപ്പിച്ച നിന്റെ വൃത്തികെട്ട സൂത്രമെന്ത്? സത്യം പറഞ്ഞാൽ നിന്നെ ഞാൻ മാപ്പു നൽകി വിട്ടയയ്ക്കും."

യുവാവ് പറഞ്ഞു: "സ്വേച്ഛാധിപനായ രാജാവേ, അവിടുത്തെ ക്ഷമ യാചിക്കുവാനല്ല ഞാനിവിടെ നിൽക്കുന്നത്." പിന്നീട് ജനങ്ങളുടെ നേർക്ക് തിരിഞ്ഞുകൊണ്ട് അവൻ പറഞ്ഞു: "നല്ലവരായ ജനങ്ങളേ, ഞാൻ നിങ്ങളോട് വിശദീകരിക്കും. എന്റെ ജീവൻതന്നെ അപകടപ്പെടുത്തിക്കൊണ്ട് നന്ദികെട്ട ഈ രാജാവിനെ ഞാൻ പത്തുകൊല്ലം സേവിച്ചതെങ്ങനെയെന്ന് നിങ്ങൾക്കറിയാം. എന്നാൽ, അയാളിപ്പോൾ എന്നെ ഈ വിശന്നലഞ്ഞ നായ്ക്കളുടെ കാരുണ്യത്തിന് വിട്ടിരിക്കുകയാണ്. ഞാൻ ജയിലിൽ കിടന്നിരുന്നപ്പോൾ എന്റെ ഭക്ഷണത്തിൽ മിച്ചം വന്നതും ഉച്ചിഷ്ടവുമെല്ലാം ഞാനീ പട്ടികൾക്ക് കൊടുക്കുമായിരുന്നു. അതിന്റെ ഫലമായി അവർ എന്റെ സുഹൃത്തുക്കളായി." അപ്പോൾ അവിടെ ഒരു ആരവമുയർന്നു. രാജാവിന്റെ വികാരം ആളിക്കത്തി. അദ്ദേഹം തന്റെ ഉദ്യോഗസ്ഥരിൽ ഒരാളെ വിളിച്ച് താന്തോന്നിയായ യുവാവിന്റെ തല വെട്ടിക്കളയുവാൻ ആവശ്യപ്പെട്ടു. അപ്പോൾ, രാജാവിന്റെ ഏറ്റവും പ്രായം ചെന്ന മന്ത്രി മുന്നോട്ട് വന്ന് രാജാവിനോട് അപേക്ഷിച്ചു: "പ്രഭോ, ശാന്തരാക്കാനോ നിയന്ത്രിക്കുവാനോ കഴിയാത്തത്ര ഇളകിയിരിക്കുകയാണ് പ്രജകൾ. യുവാവിനെ കൊല്ലുന്നത് എരിതീയിൽ എണ്ണ പകരുന്നതിന് സമ

മായിരിക്കും. വാക്കു പറഞ്ഞതുപോലെ അയാളെ വിട്ടയയ്ക്കുകയാണ് വേണ്ടത്. സമയമെത്തുമ്പോൾ ഇവനെ നീക്കാനും പ്രജകളെ ഒരു പാഠം പഠിപ്പിക്കാനും വേണ്ട നടപടികൾ സ്വീകരിക്കാവുന്നതല്ലേയുള്ളൂ."

അപ്പോൾ രാജാവ് പ്രസ്താവിച്ചു: "വാക്കു പറഞ്ഞ സ്ഥിതിക്ക് ഞാൻ നിന്നെ മോചിപ്പിക്കുന്നു."

കൈവിലങ്ങിന്റെയും ചങ്ങലകളുടേയും പൂട്ടുകൾ തുറക്കുവാൻ രാജാവ് സുപ്രണ്ടിനോടാജ്ഞാപിച്ചു. ജനങ്ങളുടെ അടുത്തേക്കു നടന്നു ചെന്ന യുവാവിന് ഊഷ്മളമായ വരവേൽപ്പാണ് ലഭിച്ചത്. ആരോ അവനൊരു കുതിരയെ നൽകി. കുതിരപ്പുറത്തു കയറി ആ യുവാവ് അവിടെ നിന്നും പാഞ്ഞുപോയി.

**(ഇറാൻ)**

# 46

# കയർവിദ്യ

**ത**ന്റെ കുടുംബത്തോടൊപ്പം നഗരത്തിലേക്ക് യാത്ര പോവുകയായിരുന്നു ജാട് സമുദായക്കാരനായ ഒരാൾ. യാത്രയുടെ രണ്ടാം ദിവസം ഉച്ചയോടെ അവർ ഒരു വലിയ ആൽമരത്തിന്റെ ചുവട്ടിലെത്തി. അവിടെ അൽപ്പനേരം വിശ്രമിക്കാമെന്ന് തീരുമാനിക്കുകയും ചെയ്തു.

വെറുതെയിരിക്കേണ്ടെന്നു കരുതി ജാട് ഒരു കയർ പിരിച്ചുണ്ടാക്കാൻ തുടങ്ങി. അങ്ങനെ മൂത്തമകനെ ഏറ്റവും അടുത്തുള്ള പട്ടണത്തിലേക്ക് ചണം വാങ്ങിക്കുവാനായി അയച്ചു. രണ്ടാമത്തെ മകനെ പച്ചക്കറി വാങ്ങാനും മൂന്നാമത്തവനെ പലവ്യഞ്ജനം വാങ്ങുന്നതിനും കൂടി അദ്ദേഹം ഒപ്പം അയച്ചു. മക്കളുടെ ഭാര്യമാർക്കും അദ്ദേഹം ഓരോ ജോലി നൽകി. ഒരുത്തിയെ വെള്ളം കൊണ്ടുവരാനും മറ്റൊരുത്തിയെ വിറകിനും അയച്ചു. മൂന്നാമത്തവളോട് മാവ് കുഴയ്ക്കുവാനാണ് പറഞ്ഞത്.

എല്ലാ സാധനങ്ങളും കിട്ടിക്കഴിഞ്ഞപ്പോൾ ജാട് കയറുണ്ടാക്കുവാനായി മരച്ചുവട്ടിൽ ഇരുന്നു. ഭീമാകാരനായ ഒരു രാക്ഷസൻ ആ വന്മരത്തിൽ താമസമുണ്ടായിരുന്നു. ജാടും കുടുംബവും അവിടെ തമ്പടിച്ചതുമുതൽ അയാൾ അവരെ കൺപാർത്തു വരികയായിരുന്നു. ജാട് കയറുണ്ടാക്കുന്നതെന്തിനെന്ന് അയാൾ അത്ഭുതപ്പെട്ടു. ഒടുക്കം ജിജ്ഞാസ അടക്കാനാവാതെ ആ രാക്ഷസൻ താഴെ ഇറങ്ങിവന്ന് അയാളോട് ചോദിച്ചു.

പേടി മറച്ചു വെച്ചുകൊണ്ട് ജാട് പണി തുടർന്നു. വെല്ലുവിളിക്കുന്ന ഭാവത്തിൽ രാക്ഷസനെ നോക്കിക്കൊണ്ട് കയർ അവനെ കെട്ടുവാനാണെന്നാണ് ജാട് പറഞ്ഞത്.

രാക്ഷസൻ ഒന്നു പേടിച്ചുലഞ്ഞു. തടിമാടനായിരുന്നുവെങ്കിലും അയാൾ പേടിത്തൊണ്ടനായിരുന്നു. ജാടിന്റെ കാൽക്കൽ വീണ് അവൻ

ദയ യാചിച്ചു.

"ഞാൻ നിന്നെ ധനികനാക്കും,"എന്ന് പറഞ്ഞുകൊണ്ട് ഒരു നിധി പേടകം കുഴിച്ചെടുത്ത് ആ രാക്ഷസൻ അയാൾക്ക് കൊടുത്തു.

ജാടിന് അതീവ സന്തോഷമായി. യാത്രമതിയാക്കി, ഒരു ധനാഢ്യ നായി, അയാൾ ഗ്രാമത്തിലേക്കു മടങ്ങി.

അയാൾക്ക് ധനം കിട്ടിയത് എങ്ങനെയെന്നറിയാനിടയായ ഒരു അയൽക്കാരനും ഉടൻതന്നെ കുടുംബത്തെയും കൂട്ടി രാക്ഷസന്റെ വാസ സ്ഥാനത്തേക്കു പുറപ്പെട്ടു.

അവിടെയെത്തിയ അയാൾ പുത്രന്മാർക്കും അവരുടെ ഭാര്യമാർക്കും നിർദേശങ്ങൾ കൊടുക്കുവാൻ തുടങ്ങി. എന്നാൽ മരത്തണൽ വിട്ടുപോവാൻ പുത്രന്മാർക്ക് വല്ലാത്ത മടി. മക്കളുടെ ഭാര്യമാരാകട്ടെ നിർദേശങ്ങളെ അവഗണിക്കുകയാണ് ചെയ്തത്.

എല്ലാം അയാൾക്കു തന്നെ ചെയ്യേണ്ടി വന്നു. വേണ്ട വസ്തുക്കളെല്ലാം തനിയെ ശരിപ്പെടുത്തി ഒടുവിൽ അയാൾ കയറുണ്ടാക്കുന്നതിനായി മരച്ചുവട്ടിലിരുന്നു.

രാക്ഷസൻ മരത്തിൽ നിന്നും ഇറങ്ങി വന്നപ്പോൾ അയാൾ ശരിക്കും കോരിത്തരിച്ചു പോയി.

"കയറുണ്ടാക്കുന്നതെന്തിനാ താൻ?" രാക്ഷസൻ ചോദിച്ചു.

"തന്നെ കെട്ടിവരിയാനല്ലാതെന്തിനാ?" അയാൾ പറഞ്ഞു.

രാക്ഷസൻ പുഞ്ചിരി പൊഴിച്ചു.

"അപ്പോ പേടിയുണ്ട്, അല്ലേ? നിധിപേടകം തന്നില്ലെങ്കിൽ ഞാൻ തന്നെ വെറുതെ വിടില്ല," ആ മനുഷ്യൻ വിശദമാക്കി.

"തന്റെ കുടുംബത്തിനുപോലും തന്നെ പേടിയില്ലെങ്കിൽ ഞാനെന്തിന് തന്നെ പേടിക്കണം?" ചിരിച്ച് പറഞ്ഞുകൊണ്ട് മരത്തിൽ കയറവെ രാക്ഷസൻ അറിയിച്ചു. "മറ്റുള്ളവരെ കെട്ടിയിടുന്നത് ചിന്തിക്കുന്നതിന് മുമ്പ് സ്വന്തം പുത്രന്മാരേയും അവരുടെ ഭാര്യമാരേയും കെട്ടിയിടു."

**(ഹരിയാന)**

# 47

# പരസ്പരാശ്രയം

**കൊ**ടുങ്കാട്ടിനുള്ളിൽ ഒരു ഒഴിഞ്ഞസ്ഥലത്ത് വെളുപ്പാൻ കാലത്ത് മരങ്ങൾക്കിടയിൽ ഒരു സംഭാഷണം നടക്കുകയാണ്.

"മൃഗങ്ങൾ നമ്മുടെ തണലിൽ വന്ന് വിശ്രമിച്ചിട്ട് പോവുമ്പോൾ അവ ഇട്ടേച്ച് പോവുന്ന അഴുക്കും ചവറും കാണുന്നില്ലേ?" ഞാവൽ മരം പറഞ്ഞു. "ചില ദിവസങ്ങളിലെ ഗന്ധം അസഹനീയം തന്നെ."

"നമ്മൾ നിശ്ശബ്ദരായതുകൊണ്ട് നമ്മെ അവർ അവഗണിക്കുകയാണ്." പൈൻമരം പറഞ്ഞു. "എന്നാൽ, എനിക്കു മടുത്തു! ഇവിടെ വിശ്രമിക്കുവാൻ വരുന്ന മൃഗങ്ങളെ തുരത്തിയോടിക്കുവാൻ ഞാൻ തീരുമാനിച്ചിരിക്കുകയാണ്!"

"അതു ബുദ്ധിയായിരിക്കില്ല," അരയാൽ പറഞ്ഞു. അവിടത്തെ ഏറ്റവും പഴക്കവും വലുപ്പവുമുള്ള മരമായിരുന്നു അത്. മൃഗങ്ങൾ ശല്യമാണ്, ഞാൻ സമ്മതിക്കുന്നു. എന്നാൽ അവ ഒരു നല്ല ലക്ഷ്യം നിറവേറ്റുന്നുണ്ട്. നാമെല്ലാം — മരങ്ങൾ, മൃഗങ്ങൾ, മനുഷ്യർ — അന്യോന്യം ആശ്രയിച്ച് കഴിയുന്നവരാണ്."

"ക്ഷമിക്കണം," പൈൻമരം ഇടയ്ക്കുകയറി തടസ്സപ്പെടുത്തി. "താങ്കളുടെ അഭിപ്രായത്തെ ഞാൻ അങ്ങേയറ്റം ആദരിക്കുന്നു. എന്നാൽ ഇക്കാര്യത്തിൽ ആര് പറയുന്നതും ഞാൻ കേൾക്കുകയില്ല. ഇവിടെ ഇനി ഞാൻ മൃഗങ്ങളെ അനുവദിക്കാൻ പോകുന്നില്ല."

അന്നേദിവസം കുറെക്കഴിഞ്ഞപ്പോൾ തണലിൽ വിശ്രമിക്കുവാനായി ഒരു പുലി വന്നു. താൻ വാക്കു പാലിക്കുകയാണെന്നവണ്ണം പൈൻ മരം ശക്തിയായി ആടിയുലയുവാൻ തുടങ്ങി. അതുകണ്ടു ഭയന്ന പുലി അവിടെ നിന്നും എഴുന്നേറ്റ് ഓടി. അന്നും തുടർന്നുള്ള ദിവസങ്ങളിലും ആ ഒഴിഞ്ഞ തണലിലേക്കു വന്ന എല്ലാ മൃഗങ്ങളേയും പൈൻമരം

അങ്ങനെ തുരത്തിയോടിച്ചു. ക്രമേണ ആ ഭാഗത്തേക്കു മൃഗങ്ങൾ വരാതായി.

അടുത്തുള്ള ചെറുമരങ്ങൾക്കു മുമ്പിൽ പൈൻമരം ഒരു നായകനായി ഞെളിഞ്ഞു നിന്നു. അരയാൽ നോക്കാത്തപ്പോൾ ചില വന്മരങ്ങൾപോലും അതിനെ വണങ്ങാൻ തുടങ്ങി.

അങ്ങനെ ഒരു നാൾ രണ്ട് മരംവെട്ടുകാർ ആ ഒഴിഞ്ഞ സ്ഥലത്തേക്കു വന്നു.

"മനുഷ്യർ!" പൈൻമരം കിതച്ചു. "അവർ എന്തിനിവിടെ വന്നു. അവർ നേരത്തെ ഇവിടെ വന്നിട്ടുണ്ടായിരുന്നില്ലല്ലോ?"

"അവർക്ക് മൃഗങ്ങളെ പേടിയായിരുന്നതിനാലാണ് അവർ നേരത്തെ ഒരിക്കൽപോലും ഇവിടെ വരാതിരുന്നത്." അരയാൽ പറഞ്ഞു. "കടുവയും പുലിയുമൊന്നും ഇല്ല എന്നത് ഇപ്പോൾ അവർക്ക് ധൈര്യം പകർന്നിരിക്കുന്നു."

പൈൻമരം പേടിച്ചുവിറച്ചു. അതിന് കാരണവുമുണ്ടായിരുന്നു. മരംവെട്ടുകാർ ആദ്യം മുറിച്ചിട്ട മരം അതായിരുന്നു.

**(ജാതകകഥ)**

# 48

# രണ്ട് പേർഷ്യൻ ജാറുകൾ

**പ**ണ്ട് ദുർറാനികൾ പഞ്ചാബ് ആക്രമിച്ച കാലത്ത് നെയ്ത്തുകാർ മാത്രം താമസിച്ചിരുന്ന ഒരു ഗ്രാമം അവിടെയുണ്ടായിരുന്നു. ദുർറാനികൾ പേർഷ്യനും നെയ്ത്തുകാർ പഞ്ചാബിയുമാണ് സംസാരിച്ചിരുന്നത്. ഇത് ഗ്രാമീണർക്ക് പ്രയാസമായി. ഉദ്യോഗസ്ഥർ പണം പിരിച്ചപ്പോൾ ഗ്രാമീണർക്ക് കണക്ക് ബോധിപ്പിക്കാനോ പരാതി പറയാനോ ഒന്നും കഴിഞ്ഞില്ല.

അങ്ങനെ അവർ യോഗംചേർന്ന് ഒരു തീരുമാനമെടുത്തു. പത്തുരൂപ വീതം പിരിച്ചെടുത്ത് തങ്ങളിലെ ഏറ്റവും വലിയ രണ്ട് ബുദ്ധിമാന്മാരെ കാബൂളിലോ അതിനപ്പുറത്തേക്കോ അയച്ച് പേർഷ്യൻ ഭാഷയുടെ ഒരു നല്ല ശേഖരവുമായി മടങ്ങിയെത്തുവാൻ വേണ്ട ഏർപ്പാടുകൾ ചെയ്യുക. അതായിരുന്ന തീരുമാനം. പറയും മുമ്പേ പ്രവർത്തിച്ചു എന്നു പറയട്ടെ. നരയൻ താടിക്കാരായ രണ്ട് ജ്ഞാനികളെ അവർ ദൗത്യമേൽപ്പിച്ചു പറഞ്ഞയച്ചു. പെഷവാറും ഖൈബർ ചുരവും കടന്ന് ആ വിലപിടിപ്പുള്ള വസ്തുവിനായി അവർ നീണ്ടയാത്ര ചെയ്തു. ഓരോ ഗ്രാമത്തിലും അവർ ചോദിച്ചു: "നിങ്ങൾക്കിവിടെ പേർഷ്യൻ വിൽപ്പനയുണ്ടോ?" എല്ലായിടത്തും ആളുകൾ അവരെ കളിയാക്കിച്ചിരിച്ചു. കൂക്കി വിളിച്ചു. അവഗണിച്ചു.

അവസാനം അവർ ജലാലാബാദിലെത്തി. അവിടെ അവർ കൗശലക്കാരനായ ഒരുവനെ കണ്ടുമുട്ടി: "ഞങ്ങളുടെ ഗ്രാമത്തിലേക്കു കൊണ്ടുപോവാൻ ഞങ്ങൾക്ക് കുറച്ചു പേർഷ്യൻ വാങ്ങണം," ആ നെയ്ത്തുകാർ പറഞ്ഞു. പെരുമണ്ടന്മാരായ അവരിൽ നിന്നും പണം പിടുങ്ങാമെന്ന് അയാൾ ഉടൻ ഉറച്ചു.

"എന്റെ കൂടെ പോരൂ. പണം മുടക്കാമെങ്കിൽ ഏറ്റവും നല്ല രണ്ട്

പേർഷ്യൻ ജാറുകൾ തന്നെ ഞാൻ തരും." അന്ന് രാത്രി അയാൾ അവരെ വീട്ടിൽക്കൊണ്ടു പോയി ഭക്ഷണം നൽകി.

കടന്നലുകൾ നിറച്ച് വായ തുണികൊണ്ട് മൂടികെട്ടിയ അതീവ ഭംഗിയുള്ള രണ്ട് പേർഷ്യൻ ജാറുകൾ അയാൾ അവർക്ക് വിറ്റു: "വഴിക്കു വെച്ച് തുറക്കരുത്. എന്നാൽ പേർഷ്യൻ രക്ഷപ്പെട്ടു കളയും. അവ നിറച്ചും പേർഷ്യനാണ്. മടങ്ങി നാട്ടിൽച്ചെന്നിട്ട് ഒരു വ്യാഴാഴ്ച ദിവസം എല്ലാവരേയും വിളിച്ച് ഒരു ഇരുണ്ട മുറിയിൽക്കയറി വാതിലുകളും ജനലുകളുമെല്ലാം അടച്ചശേഷമേ അവ തുറക്കാവൂ. ഓരോരുത്തർക്കും അവരവർക്കുള്ള പങ്കുകിട്ടും." അയാൾ വിശദീകരിച്ചു.

ജ്ഞാനികൾ പേർഷ്യനുമായി മടങ്ങി വന്ന വിവരമറിഞ്ഞ് നാട്ടിൽ സന്തോഷമായി. അവർക്ക് അൽപ്പം പോലും കാത്തിരിക്കുവാൻ കഴിഞ്ഞില്ല. എല്ലാവരേയും വിളിച്ച് ഒരു വലിയ ഇരുണ്ട മുറിയിൽക്കയറി ജനലുകളും വാതിലുമെല്ലാം അടച്ചിട്ട് ജാറുകൾ തുറന്നു. പുറത്തേക്ക് ചാടിയ കടന്നലുകൾ എല്ലാവരേയും കുത്താൻ തുടങ്ങി. വേദനകൊണ്ട് പുളഞ്ഞ അവർ "എവിടെ വാതിൽ? എവിടെ വാതിൽ?" എന്ന് ആർത്തു വിളിച്ചു കരഞ്ഞു. അവസാനം വാതിൽ തുറന്ന് പുറത്തേക്ക് ഓടിരക്ഷപ്പെട്ടു. കടന്നൽക്കുത്തേറ്റ് അവരൊക്കെ തിരിച്ചറിയാൻ കഴിയാത്ത വിധം ചീർത്തുപോയിരുന്നു.

ഈ സംഭവത്തിന് ശേഷം ആ ഗ്രാമത്തിലെ നെയ്ത്തുകാർ പേർഷ്യൻ എടുത്തു പെരുമാറേണ്ടെന്ന് തീരുമാനിച്ചു. അക്കാര്യം അവർ അപരിചിതമായ ഭാഷ പഠിക്കാൻ മാത്രം കുശാഗ്രബുദ്ധിയുള്ളവർക്ക് വിട്ടുകൊടുക്കുകയും ചെയ്തു.

**(പഞ്ചാബ്)**

# 49

## ആകാശം മേൽപ്പോട്ട് പോയതെങ്ങനെ?

**വ**ളരെ പണ്ട് പണ്ട് ആകാശവും സൂര്യനും ഭൂമിക്ക് വളരെ അടുത്തായിരുന്നു. സൂര്യന്റെ ചൂട് അസഹനീയമായിരുന്നു. ആളുകൾ സൂര്യാഘാതമേറ്റ് മരിച്ചുകൊണ്ടിരുന്നു. തലമൊട്ടയടിച്ച ഒരു കൃഷിക്കാരൻ ഒരുദിവസം പാടത്ത് പണിയെടുക്കാൻ പോയി. സൂര്യന്റെ അത്യുഗ്രമായ ചൂടേറ്റ് അയാളുടെ മൊട്ടത്തല രണ്ടായി പിളർന്നുപോയി. അയാൾ മരിക്കുകയും ചെയ്തു.

അദ്ദേഹത്തിന്റെ മകൾ മുറ്റത്ത് ഉരലിൽ അരിപൊടിക്കുകയായിരുന്നു. വേഗം കൂടിക്കൂടിവന്നതോടെ അവളുടെ ഉലക്ക മേൽപ്പോട്ട് പൊങ്ങിക്കൊണ്ടിരുന്നു. അവസാനം അത് ആകാശത്ത് ചെന്നിടിച്ച് തിരികെ അവളുടെ തലയിൽ പതിച്ചു. തലയോട്ടി തകർന്ന് അവളും മരിച്ചു.

ഭർത്താവ് പാടത്തും മകൾ വീട്ടിലും വെച്ച് മരിച്ചതോടെ അവളുടെ അമ്മ അതീവ ദു:ഖിതയായി. അങ്ങനെ അവർ ആകാശത്തെ ശപിച്ചു.

"നശിച്ച ആകാശമേ, നശിച്ച സൂര്യനേ നിങ്ങൾ മേലോട്ട് പോയി ഞങ്ങൾക്കൽപ്പം സമാധാനം തരാത്തതെന്ത്?"

ശാപം കേട്ട് ആകാശവും സൂര്യനും മേലോട്ട് പൊങ്ങുവാൻ തുടങ്ങി. അലക്കുതുണികളുടെ ഭാണ്ഡവും കഴുതപ്പുറത്തുവെച്ച് ഒരു അലക്കുകാരൻ അപ്പോൾ നദിയിലേക്കു നടക്കുകയായിരുന്നു. ഭാരം താങ്ങാനാവാതെ കഴുതയ്ക്ക് കാലിടറി. അതിന് നേരെചൊവ്വേ നടക്കുവാൻ കഴിഞ്ഞില്ല. അന്നേരം അയാൾ അതിന് രണ്ടുമൂന്ന് ചവിട്ട് വെച്ചുകൊടുത്തു. അപ്പോൾ ആ അഴുക്ക് തുണിക്കെട്ട് താഴേക്കിട്ടിട്ട് കഴുത ഓടാൻ തുടങ്ങി. പരിഭ്രാന്തനായ അയാൾ വിളിച്ചു കൂവി: "ഹൊ, ഹൊ, നിൽക്ക്! നിൽക്ക്!"

ഇനിയും മേൽപ്പോട്ട് പോകുന്നത് നിർത്തുവാൻ ആരോ തങ്ങളോടാവശ്യപ്പെടുന്നതായാണ് അതുകേട്ട ആകാശവും സൂര്യനും വിചാരി

ച്ചത്. അങ്ങനെ അവർ ഇപ്പോഴെവിടെയാണോ അവിടെ നിന്നു. ആ അലക്കുക്കാരൻ "ഹൊ, ഹൊ, നിൽക്ക്!" എന്ന് വിളിച്ചില്ലായിരുന്നെങ്കിൽ ആകാശവും സൂര്യനും മേൽപ്പോട്ട് മേൽപ്പോട്ട് പോകുമായിരുന്നു. അത്രയ്ക്കുയരെ അവർ പോയിക്കഴിഞ്ഞിരുന്നെങ്കിൽ നമുക്ക് മഴയോ വെയിലോ കിട്ടുമായിരുന്നില്ല. എന്നല്ല, നമുക്ക് ജീവിക്കുവാൻ തന്നെ കഴിയുമായിരുന്നില്ല. അതുകൊണ്ട് അലക്കുകാരനെ നാം തീർച്ചയായും നന്ദിയോടെ ഓർമിക്കേണ്ടതാണ്.

**(കർണാടക)**

# 50

# സ്വപ്നങ്ങൾ

**ഒ**രു മൂങ്ങ കൂടുകെട്ടിപ്പാർത്തിരുന്ന മരത്തിന്റെ ചുവട്ടിൽ ഒരാന എന്നും രാത്രിചെലവിടാൻ വരുമായിരുന്നു. ക്രമേണ രണ്ട് പേരും നല്ല സുഹൃത്തുക്കളായി.

ഭക്ഷണമന്വേഷിച്ച് നടന്ന ആന ഒരുദിവസം വൈകുന്നേരം ഒരു സംഘം ചെകുത്താന്മാരുടെ ഇടയിൽ ചെന്നു ചാടി.

ആനയെ കണ്ടയുടൻ പിശാചുരാജാവ് വിളിച്ചു കൂവി: "ഇതു അവനാണ്, ഇത് അവനാണ്!"

"എവൻ, രാജ പ്രമുഖരേ?" അദ്ദേഹത്തിന്റെ സിൽബന്തികൾ ചോദിച്ചു.

"ഒരാനയെ തിന്നതായി കഴിഞ്ഞ രാത്രി ഞാൻ സ്വപ്നം കണ്ടു," ചെകുത്താൻ പറഞ്ഞു; "ഇവനെപ്പോലെ തന്നെയായിരുന്നു ആ ആന. എന്തൊരു സാമ്യം! പിടിച്ച് കൊണ്ടുവരൂ അവനെ. ഞാൻ ഭക്ഷിക്കട്ടെ. അങ്ങനെ എന്റെ സ്വപ്നം സത്യമായി തീരട്ടെ."

പിശാചുക്കൾ ആനയെ പിടിച്ചു. ആകപ്പാടെ ഭയന്നു പോയിരുന്ന ആനയ്ക്ക് എതിർപ്പൊന്നും കാണിക്കുവാനായില്ല. കൂർത്ത പല്ലുകൾ ഇളിച്ചു കാട്ടിക്കൊണ്ട് പിശാചുരാജാവും രാജ്ഞിയും കൂടി ആനയെ സമീപിച്ചപ്പോൾ അവന്റെ മുട്ടുകൾ താനെ മടങ്ങി.

അപ്പോഴേക്കും ആനയുടെ സുഹൃത്തായ മൂങ്ങ അലറിക്കരഞ്ഞുകൊണ്ട് അവിടെ പറന്നിറങ്ങി: "അത് അവളാണ്, അത് അവളാണ്!" മൂങ്ങ ആനയുടെ പുറത്ത് പറന്നിറങ്ങി.

പിശാചുരാജാവ് വഴിയിൽ ചത്തതുപോലെ നിന്നുപോയി.

"മൂങ്ങേ! നീ ആരെയാണുദ്ദേശിക്കുന്നത്?" അവൻ മുരണ്ടു.

"രാജ്ഞിയെ," മൂങ്ങ പറഞ്ഞു. "ഞാനവളെ കല്യാണം കഴിച്ചെന്ന്

കഴിഞ്ഞ രാത്രി സ്വപ്നം കണ്ടു. ഞങ്ങളെ കല്യാണം കഴിപ്പിക്കൂ. സ്വപ്നം സത്യമാകട്ടെ."

"ഞാനൊരിക്കലും ഒരു മൂങ്ങയെ കല്യാണം കഴിക്കില്ല!" പിശാചു രാജ്ഞി പ്രഖ്യാപിച്ചു.

"അങ്ങനെ ആരുമാരും ആവശ്യപ്പെടുന്നില്ലല്ലോ, പ്രിയേ," രാജ്ഞിയെ അങ്ങേയറ്റം പേടിയായിരുന്ന രാജാവ് പറഞ്ഞു; "സ്വപ്നങ്ങളെ ഗൗരവത്തിൽ എടുക്കേണ്ടതില്ല. ഞാൻ സ്വപ്നത്തിൽ തിന്ന ആന ഇതാ ഇവിടെ, നോക്കൂ! ഞാനിതാ അതിനെ വിട്ടയയ്ക്കുന്നു."

തന്റെ സുഹൃത്തിന് നന്ദി പറഞ്ഞുകൊണ്ട് ആന പതുക്കെ നടന്നകന്നു.

**(നേപ്പാൾ)**

# 51

# മരിച്ച ദൈവം

**ഒ**രു മനുഷ്യൻ ഒരു സാധുവിന്റെ അടുക്കൽ ചെന്ന് ചോദിച്ചു: "ഭൂമിയിലെ ഏറ്റവും വലിയ കാര്യം ഏതാണ്?"

"എന്തിനാണതറിയേണ്ടത്?" സാധു ചോദിച്ചു.

"ജനങ്ങൾ പലേ ദൈവങ്ങളെ ആരാധിക്കുന്നു." ആ മനുഷ്യൻ പറഞ്ഞു; "ഭൂമിയിലെ ഏറ്റവും വലിയ സംഗതിയെയാണ് എനിയ്ക്കു എന്റെ ദൈവമായി ആരാധിക്കേണ്ടത്."

തന്റെ സഞ്ചിയിൽനിന്നും ഒരു വിഗ്രഹമെടുത്ത് അയാൾക്ക് കൊടുത്തിട്ട് സാധു പറഞ്ഞു.

"ഇതിനെ ആരാധിക്കു."

"ഇതാണോ ഭൂമിയിലെ ഏറ്റവും വലിയ വസ്തു?"

"എനിക്കങ്ങനെയാണ് തോന്നുന്നത്. എന്നാൽ അതിനെക്കാൾ വലുത് വല്ലതും കാണുന്നുണ്ടെങ്കിൽ അതിനെ ആരാധിച്ചു കൊള്ളുക."

അയാൾ ആ വിഗ്രഹത്തെ ആരാധിക്കുവാൻ തുടങ്ങി. എല്ലാ ദിവസവും രാവിലെ വിഗ്രഹത്തിന് മുമ്പിൽ പഴങ്ങളും മറ്റും അർപ്പിച്ചുകൊണ്ട് അയാൾ പ്രാർഥിച്ചു.

വിഗ്രഹ പീഠത്തിലെ ഭക്ഷണം ഒരുദിവസം എലി ഭക്ഷിക്കുന്നത് ആ മനുഷ്യൻ കണ്ടു. വിഗ്രഹത്തിനായി വെച്ച ഭക്ഷണം കഴിച്ചുകൊണ്ട് ഒരെലിക്ക് തടിതപ്പാനാകുമെങ്കിൽ ആ എലി തീർച്ചയായും വിഗ്രഹത്തേക്കാൾ വലുതായിരിക്കണം. അയാൾ ചിന്തിച്ചു. അങ്ങനെ ആ മനുഷ്യൻ വിഗ്രഹത്തെ ഉപേക്ഷിച്ച് എലിയെ ആരാധിക്കുവാൻ തുടങ്ങി.

എലിയുടെ മാളത്തിനരികിൽ ഭക്ഷണം വെച്ച് അയാൾ കാത്തു നിൽക്കും. എലി പുറത്തു വന്നു കഴിക്കാൻ തുടങ്ങുമ്പോൾ അയാൾ അതിനെ പ്രണമിക്കും. ഒരു ദിവസം ഒരു പൂച്ച എലിയുടെമേൽ ചാടി

വീണ് അതിനെ കീഴ്പ്പെടുത്തി. ഭക്തൻ ഉടനെ തന്നെ തന്റെ വിധേയത്വം പൂച്ചയിലേക്കു മാറ്റി. എലിയേക്കാൾ പൂച്ചയെ ആരാധിക്കുവാനും എളുപ്പമായിരുന്നു. ഭക്തൻ അടുത്തു ചെല്ലുമ്പോൾ അതു ഓടിക്കളയില്ല. ആരാധനയോടെ അതിനു നൽകിയ ഭക്ഷണം അതു തന്റെ അവകാശമെന്നു കരുതി ഭക്ഷിച്ചു.

ഒരു സുപ്രഭാതത്തിൽ പട്ടി പൂച്ചയെ ആക്രമിച്ചു. പൂച്ച പേടിച്ച് ജീവനും കൊണ്ടോടി.

ഉടനെ തന്നെ അയാൾ പട്ടിയിൽ ദിവ്യത്വം കണ്ടു. അയാൾ അതിനെ ആരാധിക്കുവാൻ തുടങ്ങി. ഒരു ദിവസം പട്ടി അയാളുടെ പുറകെചെന്ന് അടുക്കളയിൽ കയറി. അവിടെ അത് ഒരു പാത്രം മണത്തു നിന്നു. അയാളുടെ ഭാര്യക്കു കലികയറിയിട്ട് ചപ്പാത്തിക്കുഴൽ കൊണ്ട് പട്ടിക്കു കൊടുത്തൊരേറ്; പട്ടി നിലവിളിച്ച് കൊണ്ടോടി.

പട്ടിയെക്കാൾ വലുതാണ് തന്റെ ഭാര്യയെന്ന് തിരിച്ചറിഞ്ഞ അയാൾ ഭാര്യയെ ആരാധിക്കുവാൻ തുടങ്ങി. അവൾക്ക് അതിയായ സന്തോഷമായി! പക്ഷേ അവളുടെ സന്തോഷം ക്ഷണികമായിരുന്നു. സംഭാരത്തിൽ ഉപ്പിടാൻ ഒരു ദിവസം അവൾ മറന്നു. കോപം വന്നിട്ട് അയാൾ അലറിയപ്പോൾ ഭാര്യ പേടിച്ചു വിറച്ചുപോയി. ഭാര്യക്ക് തന്നെ അത്രയ്ക്കു ഭയമാണെങ്കിൽ താൻ തന്നെ അവളെക്കാൾ വലുത്. സംശയമില്ല, അയാൾക്കു തോന്നി.

അങ്ങനെ അയാൾ അയാളെത്തന്നെ ആരാധിക്കുവാൻ തുടങ്ങി. ദിവസവും പ്രഭാതത്തിൽ അയാൾ ചന്ദനത്തിരി കത്തിച്ച് തന്നെ പ്രകീർത്തിക്കുന്ന വാക്യങ്ങൾ ഉരുവിട്ടു. ഒരുദിവസം അയാൾക്ക് പ്രാർഥന വെട്ടിച്ചുരുക്കേണ്ടിവന്നു. വിശപ്പ് സഹിക്കാതെ വയറ് മുരളുകയായിരുന്നു. വയറിന് തന്റെ പ്രാർഥനയെ അവസാനിപ്പിക്കുവാൻ കഴിയുമെങ്കിൽ ഭക്ഷണം കഴിച്ചു കൊണ്ടിരിക്കുമ്പോൾ അയാൾക്കു തോന്നി, വയർ തന്നെക്കാൾ വലുതായിരിക്കണം, തീർച്ച.

അങ്ങനെ അയാൾ വയറിനെ തന്റെ ദൈവമാക്കി. വയർ അപകടകാരിയായ ഒരു ദൈവമാണെന്നയാൾ കണ്ടു. അതിനെ പ്രീതിപ്പെടുത്തുവാൻ തിന്നുക മാത്രമേ വഴിയുള്ളൂ! അങ്ങനെ ആ ഭക്തൻ നിർത്തില്ലാതെ തിന്നുകൊണ്ടിരുന്നു. തിന്നു തിന്നു വയർ വലുതായി ഒരു ദിവസം ആ ഭക്തൻ ചുമ്മാ മുട്ടുകുത്തി വീണ് മരിച്ചെന്നേ! അങ്ങനെ അയാളുടെ ദൈവവും അയാളോടൊപ്പം മരിച്ചു!

**(കർണാടക)**

# 52

## കുടുംബമഹിമ

യുദ്ധത്തിനായുള്ള ഒരുക്കങ്ങൾ ചെയ്തുകൊണ്ടിരുന്ന അഫ്ഘാനിസ്ഥാനിലെ അമീർ, ശത്രുക്കളുടെ ഹൃദയങ്ങളിൽ ഭീതിയുണ്ടാക്കുന്ന ഒരു വാൾ കൊണ്ടുവരാൻ തന്റെ ആയുധ നിർമാതാവിനോട് ആവശ്യപ്പെട്ടു.

ലോകാത്ഭുതങ്ങളിൽ ഒന്ന് എന്ന് അവകാശപ്പെട്ടുകൊണ്ട് ആയുധ നിർമാതാവ് ഒരു വാളുമായി കൊട്ടാരത്തിൽ എത്തി.

"വായുവിലേക്കു പറന്നു വീഴുന്ന ഒരു മുടിനാരിഴയെപ്പോലും അരിഞ്ഞു വീഴ്ത്തുവാൻ മാത്രം സൂക്ഷ്മവും മൂർച്ചയേറിയതുമാണിത്," എന്ന് പൊങ്ങച്ചം പറഞ്ഞുകൊണ്ട് അതിന്റെ ഒരു പ്രകടനം നടത്തുന്നതിനായി അയാൾ തുനിഞ്ഞു. തന്റെ സഹായിയുടെ താടിയിൽനിന്നും ഒരു രോമം പിഴുതെടുത്ത് കാറ്റിൽ പറത്തിയിട്ട് അയാൾ ആ വാൾ വീശി. രോമം രണ്ടായി മുറിഞ്ഞു വീണു.

"ഇതു അതിശയം തന്നെ." അമീർ പറഞ്ഞു.

"പക്ഷേ, യുദ്ധത്തിന് കൊള്ളുകയില്ല." ആരുമറിയാതെ കൊട്ടാരത്തിലേക്കു കടന്നുവന്ന ഒരു അന്ധനായ മനുഷ്യൻ പറഞ്ഞു.

"നീ ആര്?" അമീർ ചോദിച്ചു. "ഈ വാൾ കൊള്ളുകില്ലെന്ന് എന്തുകൊണ്ടാണ് നീ പറയുന്നത്?"

"താങ്കളുടെ ആയുധ ഉദ്യോഗസ്ഥൻ എന്നെ കടന്നു പോയപ്പോൾ ഈ വാൾ എന്നെ തൊടാനിടയായി. അതിന്റെ ദോഷം ഞാൻ ഉടനെ തിരിച്ചറിഞ്ഞു. അതിന് ബലമില്ല."

തന്റെ മുമ്പിലായി ഒരു പരിച ഉയർത്തിപ്പിടിക്കുവാൻ അമീർ പടക്കോപ്പുകാരനോട് ആവശ്യപ്പെട്ടു. അയാൾ അങ്ങനെ ചെയ്തു. അപ്പോഴേക്കും വാൾ പരിചയുടെ മേൽ ആഞ്ഞു പതിച്ചു. അത് കഷ്ണങ്ങ

ളായി വീണു.

"നീ മിക്കവാറും എന്റെ ജീവനെത്തന്നെ രക്ഷപ്പെടുത്തിയിരിക്കുകയാണ്." അമീർ അന്ധനോട് പറഞ്ഞു. "അതുപോലൊരു വാളും കൊണ്ടാണ് ഞാൻ യുദ്ധത്തിനു പോയിരുന്നതെങ്കിൽ ജീവനോടെ മടങ്ങി വരുമായിരുന്നില്ലായിരിക്കാം. നീ എന്തു ചെയ്താണ് ജീവിക്കുന്നത്?"

"വയറു നിറയ്ക്കാനായി ഞാൻ പിച്ചതെണ്ടുന്നു."

"ഇന്നു മുതലിനി നീ വിശപ്പറിയേണ്ടതില്ല." അമീർ പറഞ്ഞു. "എന്നും ഉച്ചയ്ക്ക് വരു. രണ്ട് ചപ്പാത്തിയും ഒരു പ്ലെയിറ്റ് പരിപ്പും തനിക്കു കിട്ടും."

യാചകൻ അദ്ദേഹത്തിന് നന്ദി പറഞ്ഞു പിരിഞ്ഞു. നാളുകളേറെച്ചെന്നില്ല. അമീർ യുദ്ധത്തിനുപോയി ശത്രുക്കളെ അമ്പേ പരാജയപ്പെടുത്തി. വിജയാഹ്ലാദത്തോടെ മടങ്ങുമ്പോൾ, കല്യാണം കഴിക്കുവാൻ പറ്റിയ അവസരമാണതെന്ന് അമീർ കണ്ടു. നാട്ടിലെ ഏറ്റവും വലിയ ധനാഢ്യന്റെ മകളെത്തന്നെ വധുവായി അദ്ദേഹം തെരഞ്ഞെടുത്തു.

വിവാഹത്തലേന്ന് അദ്ദേഹം ആ യാചകനെ കണ്ടു. അമീർ അയാളെ അടുത്തു വിളിച്ചിട്ട് ഭാര്യയാകാൻ പോകുന്നവളെക്കുറിച്ചുള്ള അഭിപ്രായമാരാഞ്ഞു.

"എന്റെ അലച്ചിലിലൊരിക്കൽ ഞാൻ അവളുടെ പിതാവിന്റെ വീട്ടിൽ എത്തിപ്പെട്ടിട്ടുണ്ട്." യാചകൻ പറഞ്ഞു. "കാവൽക്കാർ എന്റെ മേൽചാടി വീണപ്പോൾ ഈ പെൺകുട്ടിയാണ് എന്നെ രക്ഷപ്പെടുത്തിയത്. എന്റെ കൈമുട്ടിൽ പിടിച്ച് വലിച്ചുകൊണ്ട് അവൾ വീടിന്റെ പുറകിലേക്ക് എന്നെ കൊണ്ടു പോയിട്ട് വേലക്കാരോട് എനിക്കു ഭക്ഷണം തരുവാൻ പറഞ്ഞു. അവൾ എന്നെ സ്പർശിച്ചപ്പോൾ തന്നെ അവളെക്കുറിച്ച് അറിയുവാനുള്ളതെല്ലാം ഞാൻ മനസിലാക്കി. അതെ അവൾ താങ്കൾക്ക് പറ്റിയ ഒരു ഭാര്യയായിരിക്കും. അവൾ താങ്കൾക്ക് ചേരും, മറ്റ് രാജാന്മാർക്ക് ചേരില്ല."

വിവാഹം ഒരു വലിയ വിജയം തന്നെയായിരുന്നു. അമീറും പത്നിയും ഒരു പോലെ ആഹ്ലാദിച്ചു. ഇരുവരും തമ്മിൽ അത്രക്കു ചേർച്ചയായിരുന്നു. ഒരാളെ മറ്റൊരാൾക്ക് വേണ്ടി സൃഷ്ടിച്ചതാണെന്നേ തോന്നുവെന്ന് എല്ലാവരും പറഞ്ഞു.

തന്റെ ഭാര്യ മറ്റൊരു രാജാവിനും ചേരില്ലെന്ന് യാചകൻ പറഞ്ഞ കാര്യം വിവാഹം കഴിഞ്ഞ് മാസങ്ങൾക്ക് ശേഷം ഒരുദിവസം അമീർ പെട്ടെന്ന് ഓർമിച്ചു. അദ്ദേഹം യാചകനെ വിളിച്ചു വിശദീകരണം തേടി.

"അത് പാരമ്പര്യത്തിന്റെ പ്രശ്നമാണ്." യാചകൻ പറഞ്ഞു, കരുതലോടെ. "രാജ്ഞിയൊരു വമ്പത്തിയാണെന്നത് ശരി, പക്ഷേ അഭിജാതയല്ല. അവളുടെ പിതാവ് ഒരു നെയ്ത്തുകാരനായിരുന്നു."

അമീർ ഞെട്ടി. രഹസ്യമായും സൂക്ഷ്മമായും നടത്തിയ അന്വേഷണത്തിന്റെ ഒടുവിൽ യാചകൻ പറഞ്ഞത് സത്യമാണെന്ന് അദ്ദേഹം കണ്ടെത്തി. ജനിച്ച് കുറച്ച് ദിവസങ്ങൾക്കു ശേഷം ദത്തെടുത്ത പുത്രിയായിരുന്നു രാജ്ഞി. ആ ധനാഢ്യന്റെ കവാടത്തിനരികിൽ ഉപേക്ഷിക്ക

പ്പെട്ട നിലയിൽ അവളെ കണ്ടെത്തുകയായിരുന്നു. വർഷങ്ങൾക്കുശേഷമാണ് അവളുടെ പിതാവ് ഒരു നെയ്ത്തുകാരനായിരുന്നുവെന്ന് അവൾ മനസിലാക്കിയത്.

തന്റെ ഭാര്യയുടെ താഴ്ന്ന സ്ഥിതി കാര്യമാക്കേണ്ടെന്ന് അമീർ തീരുമാനിച്ചു. യാചകനെ വിളിപ്പിച്ച് സംഗതി രഹസ്യമാക്കി വെച്ചിരിക്കണമെന്ന് സത്യം ചെയ്യിക്കുകയും ചെയ്തു.

"ഇതേക്കുറിച്ച് ഒരു വാക്കെങ്കിലും നീ ആരോടെങ്കിലും പറഞ്ഞാൽ നിന്റെ തല പിന്നെ കാണില്ല." അമീർ പറഞ്ഞു. "നെയ്ത്തുകാരന്റെ മകളാണ് അവൾ എന്നറിഞ്ഞപ്പോൾ അവൾ എനിക്കു മാത്രമേ ചേരൂ എന്ന് നീ പറഞ്ഞത് എന്തുകൊണ്ടാണെന്ന് പറയൂ."

"എന്തെന്നാൽ," യാചകൻ പറഞ്ഞു; "താങ്കളും ഒരു അഭിജാതനല്ലല്ലോ. താങ്കളുടെ പിതാവ് ഒരു ചെറിയ കച്ചവടക്കാരനായിരുന്നു. രാജകുടുംബം താങ്കളേയും ദത്തെടുത്തതല്ലേ."

അമീർ ഞെട്ടി. അദ്ദേഹം രഹസ്യവും സൂക്ഷ്മവുമായ അന്വേഷണം നടത്തി യാചകൻ പറഞ്ഞത് ശരിയാണെന്ന് കണ്ടെത്തി. അദ്ദേഹം ഒരു ദത്തുപുത്രനായിരുന്നു. തന്റേത് രാജകീയ രക്തമല്ലെന്ന് യാചകൻ എങ്ങനെ അറിഞ്ഞുവെന്ന് മനസിലാക്കുവാനായി അമീർ പിന്നെയും യാചകനെ വിളിപ്പിച്ചു.

"ഒന്നിന്റെ ശരിയായ പ്രകൃതം അറിയുവാൻ ആ വസ്തുവിനെയോ വ്യക്തിയെയോ തൊടുകയേ വേണ്ടൂ....." അയാൾ പറഞ്ഞു; "താൻ എന്നെ തൊട്ടിട്ടില്ലല്ലോ. പിന്നെ എങ്ങനെയാണ് ഞാൻ ഒരു.....ഒരു..... കച്ചവടക്കാരന്റെ മകനാണെന്നറിയുക?"

"വാക്കുകളും പ്രവൃത്തിയും കൂടി നമ്മെ വെളിവാക്കുന്നുണ്ട്." യാചകൻ പറഞ്ഞു. "പടക്കോപ്പുകാരൻ താങ്കൾക്ക് വേണ്ടി കൊണ്ടുവന്ന വാളിന്റെ മേന്മക്കുറവ് തുറന്നു കാട്ടിക്കൊണ്ട് ഞാൻ താങ്കളുടെ ജീവനെ രക്ഷിച്ചു. പക്ഷേ അതിന് എനിക്കെന്തായിരുന്നു പ്രതിഫലം? രണ്ട് ചപ്പാത്തിയും ഒരു പാത്രം പരിപ്പും. ശരിയായ ഒരു രാജകുടുംബക്കാരൻ എത്രയോ കൂടുതൽ ഉദാരവാനാകുമായിരുന്നു. താങ്കൾ സൂത്രശാലിയായ ഒരു ചെറിയ കച്ചവടക്കാരന്റെ മകനാകാനേ വഴിയുള്ളൂവെന്ന് ഞാൻ അപ്പോൾ തന്നെ മനസിലാക്കി."

**(അഫ്ഘാനിസ്ഥാൻ)**

# 53

## കഥ തീരുമ്പോൾ, ഒരു ചങ്ങലക്കവിത

**ക**ഥ കേട്ട് കഴിഞ്ഞ് ഒറിയക്കാർ ഇങ്ങനെ പാടുമത്രെ:
എന്റെ കഥ തീർന്നു.
പൂമരം മരിച്ചു.
പൂമരമേ, നീ മരിച്ചതെന്തിന്?
കറുത്തപശു എന്നെ തിന്നു.
കറുത്തപശുവേ, നീ മരത്തെ തിന്നതെന്തിന്?
പശുപാലകൻ എന്നെ നോക്കിയില്ല.
പശുപാലകാ, നീ പശുവിനെ നോക്കാതിരുന്നതെന്ത്?
മരുമകൾ എനിക്ക് ഭക്ഷണം തന്നില്ല.
മരുമകളേ, നീ പശുപാലകന് ഭക്ഷണം കൊടുക്കാതിരുന്നതെന്ത്?
എന്റെ കൊച്ചു കുഞ്ഞ് കരയുകയായിരുന്നു.
കുഞ്ഞേ, നീ കരഞ്ഞതെന്തിന്?
കട്ടുറുമ്പ് എന്നെ കടിച്ചു.
കട്ടുറുമ്പേ, നീ കുഞ്ഞിനെ കടിച്ചതെന്തിന്?
ഞാൻ അഴുക്കിൽ വസിക്കുന്നു.
മൃദുവായ മാംസം കാണുമ്പോൾ ഞാൻ കടിക്കുന്നു.

**(ഒറീസ)**

# 54

## ബുർറാ!

**ക**ഥപറച്ചിലുകാരൻ (കാഥികൻ) കഥകൾ പറഞ്ഞു തളർന്നു. എന്നാൽ അയാൾക്കു ചുറ്റുമുണ്ടായിരുന്ന കുട്ടികളും മുതിർന്നവരും അവ കേട്ട് തളർന്നിരുന്നില്ല. അവർ പിന്നെയും ആവശ്യപ്പെട്ടു.

അങ്ങനെ അയാൾ ഒരു മരത്തിൽ ഒരുപാടൊരുപാട് കിളികൾ ഇരുന്നതെങ്ങനെയെന്ന് വിവരിക്കാൻ തുടങ്ങി. ഇടവേളകളിൽ അവർ ചോദിച്ചു, "പിന്നെ?"

"ബുർറാ എന്നൊരു ശബ്ദമുണ്ടാക്കിക്കൊണ്ട് ഒരു കിളി മരത്തിൽ നിന്ന് പറന്നുപോയി." അയാൾ പറഞ്ഞു.

"ഉം. പിന്നെ?"

"ബുർറാ! മറ്റൊരു പക്ഷി മരത്തിൽനിന്നും പറന്നകന്നു."

"പിന്നെ?"

"ബുർറാ!"

"പിന്നെ?" എന്നതും "ബുർറാ!" എന്നതും ഒഴികെ മറ്റൊന്നും കേൾക്കാത്തവിധം ഇതു തുടർന്നുകൊണ്ടിരുന്നു. ഒടുവിൽ ആരോ ചോദിച്ചു; "ഇതു എത്ര നേരം തുടരും?" കഥ പറച്ചിലുകാരൻ പറഞ്ഞു, "എല്ലാ കിളികളും പോയിത്തീരും വരെ."

**(മഹാരാഷ്ട്ര)**

www.ingramcontent.com/pod-product-compliance
Lightning Source LLC
LaVergne TN
LVHW090422051026
849518LV00006B/2404
*9788126206186*